ஆசையின் மாயை

உண்மையின் அகப்பயணம்

சா.நீல். உதய்

(Uday C. SaNeel)

இந்தப் புத்தகம் எழுதப்படவில்லை.

இது மெதுவாக உருவானது.

நாட்கள் மாதங்களாகி,

மாதங்கள் ஆண்டுகளாகி,

இரு தசாப்த காலம் –

அமைதியைத் தேடி,

சாந்தியைத் தேடி,

விடுதலையைத் தேடி –

ஒரு மனிதன்

தன்னையே புரிந்துகொள்ள முயன்ற ஒரு பயணம்..

Published by Melliyal Publications

ஆசிரியரை பற்றி -

சுமந்து சுமந்து சோர்ந்தவன்.

சிந்தனைச் சிறையில் சிறகொடிந்தவன்.

வெளியில் வீரன்.

உள்ளுக்குள் –

உன்னைப் போல ஒருவன்.

நன்றி உரை -

நன்றி சொல்ல வேண்டும் - உனக்கு.

மாயையோடு மோதிய நான்

கனவும் பேரழகும்

கனவு
மனித வாழ்க்கையின் ஓர் அங்கம்.

கண்கள் மூடிக்காணும் கனவு
கலைந்து போகும்.
ஆனால்–
கண்கள் திறந்து காணும் கனவு–
அதில் சக்தி உண்டு.
அது எளிதில் கலையாது.

அதோ பார்!
அங்கே யார்?

புயலா?
சுவர்க்கபுரியா?

இல்லை...
அவள் வருகிறாள்.

மாயையில் வாழும் மனதுக்கு
மயக்கம் தர வருகிறாள்.

பெண்ணாக மட்டுமல்ல—
பெண்ணுக்குரிய எல்லா இலக்கணங்களாக.

வர்ணனையின் எல்லையைத் தாண்டி நிற்கும்
ஒரு பேரழகின் வடிவமாக.

அலையலையாகத் தாவி நடனமாடும்
என் சிந்தனையைச் சிறைபிடித்த கூந்தல்.

மின்னல் வெட்டும் புருவம்,
இரவின் மீன்கள் பதித்த பார்வை,
சுடருக்கு சுடரென ஒளிவீசும் முகம்.

அசைந்து வரும் நடையோ–
பேரழகின் மொத்த பிம்பம்.

உலகம் நின்றது.
காலம் திகைத்தது.
கவிதைகள் வாயடைத்தன.
கற்பனை தானே திகைத்தது.

அழகே!
நீ ஓவியமல்ல.
நீ ஒளி.
நீ மின்னல்.
நீ என் மனத்தின் அகன்ற வானில் திடீரென விழுந்த
ஒரு சூரியன்!

நான் சாய்ந்தேன்.
ஆம் – நான் என்னை இழந்தேன்.

உன்னை இலக்கென்று வைத்தேன்.
உன்னை உயிரென்று கொண்டேன்.

உன் சிரிப்பில் உலகம் பொலிந்தது.
உன் பார்வையில் விடியல் புலர்ந்தது.
உன் அணைப்பில் சொர்க்கம் திறந்தது.

உன்னை அடைய
என்னைத் துறந்தேன்.
என்னைச் செதுக்கி
உனக்காக மாற முயன்றேன்.

பெண்ணே!
உன்னை நேசிக்கவில்லை.
உன்னை வணங்கினேன்!

ஒரு நொடி...
ஒரே ஒரு நொடி...

புயல் நின்றது.
மின்னல் ஒடுங்கியது.
மோகம் கலைந்தது.

அவள் தொலைவில் நின்றாள்.

அவள் மூச்சு என் அருகில் இல்லை.
அவள் கைகள் என்னைத் தொடவில்லை.

அப்போதுதான் புரிந்தது–

இது நிஜமல்ல.
ஒரு கனவு என்று.

நெருக்கம் இருந்தது.
நிஜம் இல்லை.
உயிர் இருந்தது– வெறும் நிழலாக.

உடல் இல்லை. பிம்பம் மட்டுமே.

மெய்ப்படாத கனவின் வலி

ஏன்?!
ஏன் எனக்கு இந்தப் பித்தம்?
ஏன் எனக்கு இந்தக் குழப்பம்?

கனவே!
நீ வந்தாய்.
நீ உயர்த்தினாய்.

கண்களை நீரால் எரித்தாய்.
இதயத்தைச் செங்கனலாக்கினாய்.

ஆம்–
நீ என்னை உயர்த்தினாய்.
உன்னை இலக்கென்று வைத்து
நான் உழைத்தேன்.

நீ கனவென்று அறிந்தபின்
நான் என்னையே வெறுத்தேன்.

காலம்
என்னை கைவிட்டதுபோல்
உதைத்தேன் என்னையே.

அழகே!
நீ தேவதையல்ல.

நீ என் ஆசையின்
உருவமான கற்பனை.

எத்தனை நாள்
உன்னை வானமென்று சொல்லி
இந்த மண்ணை மறந்தேன்!

எத்தனை நாள்
உன் சிரிப்பில்
சொர்க்கம் தேடி
நரகம் வளர்த்தேன்!

வா!
முழுமையாக வா!

என் மார்பைத் தட்டி
முழு வலிமையோடு மோதிவிடு!

என் நரம்புகளை
ஒருமுறை
முழுவதுமாய்க் கிழித்துவிடு!

நான் உடைந்தாலும்
நான் அழிந்தாலும்
பரவாயில்லை!

சீற்றங்கொண்ட கடலில்
அலைத்துளிகள்
உளிகளாகி
சிற்பம் வடிப்பதாம்.

நீ என்னை மோதி
நற்சிற்பமாக்கு!

அழியட்டும் நீ.
அழியட்டும்
நீ வளர்த்த மோகம்.

(கண்ணீர்...)

ஓலம் இல்லை.
ஒப்பாரி இல்லை.
கண்ணீர் மட்டும்.

கண்ணீர்–
வலியின் மொழி.
கண்ணீர்–
விடுதலையின் வாசல்.

பார்!
நான் உயிரோடு இருக்கிறேன்.

நீ இல்லை–
ஆனால் மூச்சு வீசுகிறது.
நீ இல்லை–
சூரியன் உதிக்கிறான்.
நீ இல்லை–
உலகம் இன்னும் அழகாகத்தான் இருக்கிறது.

அழகே...
கனவே...

நீ என்னை உடைத்தபோது
நான் என்னை
முழுமையாக்கினேன்.

மௌனம் தியானமானது.
தனிமை தவமானது.

இது
விடைபெறல் அல்ல.

இது விடுதலை.

அழியும் வரை
இதுவே தியானம்.

அழிந்த பிறகு–
நான்.
நான் மட்டும்.

ஒரு குறியீடு

இங்கே நான்,
ஒருவன் காதலில்
விழுந்து,
மலர்ந்து,
உடைந்து,
மீண்டு வரும்
ஒரு கதையைச்
சொல்லவில்லை.

இது உண்மையில் ஆசையின் உவமை.

பெண் ஒரு முகம்.
பணம் ஒரு முகம்.
அதிகாரம் ஒரு முகம்.
புகழ் ஒரு முகம்.

முகங்கள் மாறினாலும்,
உள்ளே எழும் அசைவு ஒன்றே.
ஆசையின் அசைவு அதுவே.

மார்பு இறுக்கும்.
மூச்சு சற்று வேகமாகும்.
'இது வேண்டும்' என்று
உன் மனம் குமுறத் தொடங்கும்.

இது ஆசை பிடித்த மனம்.

எனவே –
நீ இதைக் காதற்கதை என்று
எண்ண வேண்டாம்.

நாம் பார்க்கப்போவது
காதலைப் பற்றியல்ல;
ஆசையைப் பற்றி.

ஆசை தவறல்ல.
ஆசை குற்றமல்ல.

ஆனால்–
ஆசையின் உருவத்தை
நீ பார்க்காமல் போனால்,
அது உன்னை ஓட்டத் தொடங்கும்.

ஆசை எழுவது ஒரு நொடி.
அதைத் தொடர்வது ஒரு பழக்கம்.

அந்த நொடி தவறில்லை.
அந்தப் பழக்கம்தான்
மனிதனை மெதுவாக
தன்னிடமிருந்து விலக்குகிறது.

எனவே–
இது நீ உன்னை

வாசிக்க
பழகும் தளம்.

வா.
என்னோடு
நட.

ஆசை ஒரு போதை;

அதன் முகமூடிதான் பேரழகு;

அதை ரசி,
ஆனால்– அதன் கைதியாகாதே!

ஆசை முதல் மாயை வரை

மாயை பிறக்கும் இடத்தை
ஒரு கணமாவது
நீ சிந்தித்திருக்கிறாயா?

இந்த உலகத்திலா?
உன்னைச் சுற்றியிருக்கும் இயற்கையிலா?

காற்றோடு கலந்து கண்ணுக்குத் தெரியாத
ஏதேனும் ஒன்றிலா?

தேடிப் பார்.

மாயை எங்கிருக்கிறது?

அங்கில்லை.

மாயை வெளியில் கிடைப்பதல்ல.
மாயை காற்றில் கலந்த மாயப் புகையுமல்ல.

அது
வானில் மிதக்கும் மேகமுமல்ல.

அது
பூமியில் விதைத்த விதையுமல்ல.

மாயை பிறக்க
மனதிற்கு **ஒரு காரணம்** தேவை.

இப்போது நீ
பெற முடியாத ஒன்றின் மீது
உன் சிந்தனை விழும்போது –

அந்தச் சிந்தனை மெதுவாக
ஆசையாக மாறும்.

ஆசை
அது முதலில் கற்பனையாக உருவெடுக்கும்.

கற்பனை தனியாக நிற்குமா?

இல்லை.

கற்பனை மனத்தைத் தேற்றிக்கொள்ளும்
கதையாக உருவெடுக்கும்.

கதை...
கனவுகளோடு கைகோர்க்கும்...

கனவுகளும்
கதைகளும்
சேரும் அந்த இடத்தில் –

உன் மனதில்
ஒரு ஆழ்ந்த ஏக்கம்
மூச்சு விடத் தொடங்கும்.

அந்த ஏக்கம்
ஒரு நாளின் வலியல்ல.
ஒரு இரவின் ஆசையல்ல.

காலத்தைக் கடந்து
அதே ஏக்கத்தில்
நீ
மீண்டும் மீண்டும்
வாழத் தொடங்கும்போது –

அங்கே
மாயை பிறக்கிறது.

மாயை பெண்ணல்ல.
மாயை ஆணல்ல.

மாயை பொருளல்ல.
மாயை பணமுமல்ல.

மாயை கௌரவமல்ல.
மாயை அந்தஸ்துமல்ல.
மாயை மரியாதையல்ல.

மாயை பெயருமல்ல.
புகழுமல்ல.

ஆனால்–
இவையெல்லாம்
மாயையாக
மாறிவிடுகின்றன.

மாயை என்பது
உன் மனதில்
நிறைவேறாத ஏக்கம்.

அதற்கு வெளியே
வேறு எந்த முகமும் இல்லை.

அது
மற்றவரைப் பார்த்து
நீ கொள்ளும்
ஆசையிலிருந்து
தொடங்குகிறது.

ஆசையை அழிப்பது
முடியாத காரியம்.

ஆசையை வென்றவன்
இந்த உலகத்தில்
யாருமில்லை.

ஆனால்–

ஆசையில்
சிக்கிக்கொள்வதே
மோகம்.

மோகமே மாயையாக
மாறிவிடுகிறது.

மோகம் மாயையாக மாறிய
அந்த ஏக்கத்தில்
நீ சிக்கிக் கொண்டால் –

விடியல் என்றும்
பிறக்காது.

ஏனெனில் –

நீ
ஏக்கத்தை
உண்மை என்று நம்புவாய்.

கற்பனையை
வாழ்வாக
ஏற்றுக்கொள்வாய்.

ஆனால்–

அந்த ஏக்கத்தை
எதிர்கொண்டு,
அதைப் பார்த்து
மயங்காமல் –

"இது என்னுள் உருவானது"
என்று நீ உணர்ந்தால் —
ஏக்கத்தினுள் மூழ்காமல்.

அதை நோக்கி
நேர்மையாகப்
பயணிப்பாய்.

இதை உணர்ந்து
மாறும்
அந்தக் கணமே –

உனக்கு விடியல்
பிறக்கிறது.

இதுதான்
தர்ம நூல்கள்
மொழியாமல்

சொல்ல முயன்ற
உண்மை.

இதுதான்
மகாபாரதம் போன்ற
பழைய இதிகாசங்கள்
கதைகளாகக்
கொடுத்த
உபதேசம்.

கதை முக்கியமல்ல.

அதில் வரும்
பாத்திரங்களும்
முக்கியமல்ல.

அவை
சுவையூட்டும்
உவமைகள்
மட்டுமே.

உடைந்து போக வேண்டியது
ஒன்றே ஒன்று –

உன் மனதில்
உருவான
மாயை.

உன்னை ஆசையில்
சிக்க வைத்த
அந்த மாயை
மட்டுமே.

இங்கே
எந்த வாதமும் இல்லை.
எந்த கட்டளையும் இல்லை.
எந்த முடிவும்
வலுக்கட்டாயமும் இல்லை.

உணர்வு வந்தால்
அது போதும்.

விடியல்
வந்தால்
அது போதும்.

சாந்தி... சாந்தி... சாந்தி...

ஒரே விளக்கவுரை

மாயையைப் புரிந்து கொள்வது என்பது கடலில் மூழ்கியவன் கரையைத் தேடுவதைப் போன்றது. நாம் எங்கே நிற்கிறோம் என்பதை உணர்ந்தால்தான், எங்கே செல்ல வேண்டும் என்பது தெளிவாகிறது.

மனிதன் காலங்காலமாக வெளியுலகை நோக்கி பதில்களைத் தேடிக்கொண்டே இருக்கிறான். ஆனால்– உண்மையான அமைதி என்பது ஒருவன் தன்னைத் தானே கண்டறியும் அந்த உள்ளிடத்தில்தான் தொடங்குகிறது. 'ஆசையின் மாயை' என்ற இந்த உண்மையின் அகப்பயணம், மனிதனை அவனது அக உலகிற்குள் அழைத்துச் செல்லும் ஒரு வரைபடம்.

மாயை ஏன் வெளியில் இல்லை?

மனிதன் தன் துன்பங்களுக்குக் காரணம் 'மாயை' என்று சொன்னவுடன், அதை வெளியுலகில் தேடத் தொடங்குகிறான் – சமூகம், பொருளாதாரம், விதி, கர்மா எனப் பல காரணங்களை அடுக்கி, தன் பொறுப்பிலிருந்து தற்காலிகமாக தப்பிக்க முயல்கிறான்.

"எனக்கு இப்படித்தான் எழுதப்பட்டிருக்கிறது" என்ற நம்பிக்கை, அவனை தன்னையே பார்க்க வேண்டிய அவசியத்திலிருந்து விலக்குகிறது. ஆனால்– தர்மம் எப்போதும் உள்ளிருந்து தான் தொடங்குகிறது.

"என் இன்ப துன்ப நிலைகளுக்கு நானே பொறுப்பு" என்று சொல்லும் அந்த ஒரு வலி – அதுவே மாயையை உடைக்கும் முதல் ஆயுதம். பொறுப்பை ஏற்றுக் கொண்ட கணமே, நம் கையில் அதிகாரம் பிறக்கிறது.

அகற்றுதல் முறை: 'இதுவல்ல, அதுவல்ல'

குழப்பமடைந்த மனம் எதற்கும் ஒரு உருவம் கொடுக்க முயலும். அதனால் தான் மாயையை ஒரு நபர், ஒரு பதவி,

ஒரு பொருள் என்று தவறாக அடையாளப்படுத்துகிறோம். ஆனால்– மாயை என்பது மேகமோ காற்றோ அல்ல; அது நம் மனம் உருவாக்கிய ஒரு பிம்பம்.

“இதுவல்ல, அதுவல்ல” என்று ஒவ்வொன்றாக அகற்றும் போது, மாயை ஒரு பொருளல்ல என்பதை உணர்கிறோம்.

- மாயை ஒரு மனிதன் அல்ல – அவர் மீது வைத்திருக்கும் எதிர்பார்ப்பு.
- மாயை பணமல்ல – அது தரும் என்று நம்பும் பாதுகாப்பு உணர்வு.
- மாயை புகழல்ல – அது பிறரின் பாராட்டை நாடும் ஏக்கம்.

இவ்வாறு அகற்றிக் கொண்டே போனால், இறுதியில் எஞ்சுவது நம் மனம் ஒன்றே.

மாயையின் ஆறு நிலைகள்

மாயை திடீரென்று உருவாகாது; அது ஒரு சங்கிலித் தொடர்.

1. **சிந்தனை** – ஒரு சாதாரண சிந்தனை உள்ளே நுழைகிறது.
2. **தூரம்** – “இப்போதைக்கு கிடைக்காத” ஒன்றாக அது மாறுகிறது.
3. **ஆசை** – ஒப்பீடு உருவாகும்போது, சிந்தனை ஆசையாகிறது.
4. **கற்பனை** – ஆசை நிறைவேறாத போது மனம் திரைப்படம் ஓட்டுகிறது.
5. **கதை** – கற்பனை நீடித்தால், அது ஒரு கதையாகிறது.
6. **ஏக்கம்** – நிகழ்காலம் கசப்பாகவும், கற்பனை உலகம் இனிமையாகவும் மாறும் நிலை. இதுவே மாயையின் பிறப்பிடம்.

அந்த தருணத்தில், உள்ளத்தின் ஏக்கமே உண்மையாகத் தோன்றும்.

மோகம்: ஆசையின் பிணைப்பு

ஆசை இயல்பு. ஆனால்– ஆசையிடம் அடிமையாகும் போது அது ‘மோகம்’ ஆகிறது. ஆசை நிறைவேறாத வலியைத்

தவிர்க்க மனம் கற்பனையை உருவாக்குகிறது. அந்த கற்பனை கதையாக மாறி, மனிதன் உண்மையை விடுத்து அந்தக் கதையையே வாழத் தொடங்குகிறான்.

பூவைப் பார்த்து ரசிப்பது ஆசை; பூ கருகும்போது வாழ்க்கையே முடிந்துவிட்டது என்று நினைப்பது மோகம். மோகம் இருக்கும் இடத்தில் தெளிவு இருக்காது.

நிறைவான தெளிவு

இந்த சிந்தனை ஓட்டம் ஆசையை அழிக்கச் சொல்லப்போவதில்லை; மனிதனை குற்றம் சொல்லப்போவதும் இல்லை. மாறாக, அவனைத் தன்னிடமே திருப்பும்.

“சாந்தி” என்பது ஒரு கட்டளை அல்ல; அது எதனுடனும் போராடாத மனநிலை. மாயை என்பது ஒரு திரை; அதன் மறுபக்கம் யாரும் இல்லை. அந்தத் திரையைப் பிடித்திருப்பது நாமே. கைகளை தளர்த்தினால் போதும். அதன்பிறகு, வாழ்க்கை அப்படியே தொடரட்டும். அதுவே அமைதி. அதுவே சாந்தி.

பதற்றத்தின் முகம்

மாயை பிறக்கும் இடத்தை
அழிக்காதே!
ஆசையைக் கொல்லாதே!

ஆசையில்லா உலகம்
உயிரற்ற களம்;
ஆசையே உந்துசக்தி –
அது பகை அல்ல.

ஆனால் –
ஆசையை
கனவோடு கலக்காதே!
கற்பனைக் கதையாக
மாற்றாதே!

ஆசையை –
ஆசையாகவே இருக்க விடு.

இத்தனை காலம்
மாயைக்கு
நீ அர்த்தம் கொடுத்தாய்;
உயிர் கொடுத்தாய்;
முக்கியத்துவம் கொடுத்தாய்.

இந்த பயணத்தில் –
அந்த அர்த்தத்தை
நீ திரும்பப் பெற்றுக்கொள்வாய்.

அந்த மாற்றமே
பதற்றமாக மாறும்.

இங்கே ஒரு
பெரிய ஏமாற்றம் உண்டு.

முன்பு –
மாயைக்கு
உன் மனம்
அதிக முக்கியத்துவம் கொடுத்தது.

இப்போது –
மாயையை உணர்ந்த பின்

அதிலிருந்து
விடுபடுவதற்கே
அதைவிட அதிக
முக்கியத்துவத்தை
உன் மனம் கொடுக்கிறது.

“இன்றே தீர வேண்டும்!”
“இப்போதே விடுபட வேண்டும்!”
“முழுக்க முழுக்கச் சுத்தமாக வேண்டும்!”

இந்த அவசரமே –
புதிய மாயை.

இந்த புதிய மாயைதான்
பதற்றத்தைப் பிறப்பிக்கிறது.

மாயையில் சிக்கிய மனிதன்
விடியலைக் காணாமல்
வாழ்ந்து விடுவான்.

ஆனால்–
பதற்றத்தில் சிக்கிய மனிதன் –
வாழ்க்கையே
சிதறிப் போகும்.

இதுதான் ஆபத்து.

ஆக –தீர்வு என்ன?

ஆசை வந்த நொடியில்
அதை நிறைவேற்ற
ஓடாதே;
உன்னை விட்டு அகலுமாறு
வற்புறுத்தியும் விரட்டாதே.

அது ஆசையைத்
துரிதப்படுத்தும்,

கட்டுப்பாடு என்றும்
ஆசையை வெல்வதில்லை.

ஒரு விளக்கேற்றும் முன்
இருளைத் திட்டுவது
எவ்வளவு அநியாயமோ –

அதைவிட
இது இன்னும்
பெரும் அநியாயம் –
ஆசையை விரட்டுவது.

“ஏன்?” எனக் கேட்டால் — நீ. மனிதன்

முக்தி வேண்டி நிற்கும் — மனிதன்!

ஆசை அடைய நினைத்தாலும்
பதற்றம்.

ஆசை அடைய முடியாதபோதும்
பதற்றம்.

ஆசையை அனுபவிக்கவில்லை என்றாலும்
பதற்றம்.

மாயையை நம்பியபோது
பதற்றம்.

மாயையை கண்டறிந்தபின்
“இதிலிருந்து விடுபட வேண்டும்”
என்றாலும் பதற்றம்.

அப்படியானால் –
பதற்றம் எங்கே பிறக்கிறது?

பிறக்கும் பதற்றத்தை கையாள்வது எப்படி?

பதற்றம்
ஆசையிலிருந்தும்
பிறப்பதில்லை.

மாயையிலிருந்தும்
பிறப்பதில்லை.

பதற்றம்
அவசரத்திலிருந்து
பிறக்கிறது.

பதற்றம்
ஒரு தத்துவம் அல்ல;
ஒரு குற்றம் அல்ல;
ஒரு தோல்வியும் அல்ல.

பதற்றம் என்றால் –
நரம்புமண்டலத்தின்
உடனடி எதிர்வினை.

ஆசையின் நிழல்

ஆனால்–
இந்த அவசரத்தின் எதிர்வினைக்கு
ஒரு நிழல் துணையும் உண்டு.

ஆசை தோன்றும் இடத்தில்
அச்சம் எனும் நிழல் பிறக்கிறது.

அச்சம் என்பது
ஆசை தோன்றியதற்கான பயமல்ல.

அச்சம் என்பது –
"இந்த ஆசை நிறைவேறுமா?"
"நிறைவேறாவிட்டால்
என்ன ஆகும்?"
என்ற எதிர்காலக் கேள்விகள்.

அங்கே
ஏமாற்றம் பிறக்கிறது.

ஏமாற்றத்தின் நிழல்தான்
அச்சமாக மாறுகிறது.

ஆசை என்றால்
"இது எனக்கு வேண்டும்" என்ற இயக்கம்.
பயம் என்றால்
"இது கிடைக்காவிட்டால்?" என்ற நிழல்.

இந்த இரண்டும்
பிரிந்தவை அல்ல.

நிறைவேறாத ஆசை
ஏமாற்றமாக மாறும்.

ஏமாற்றம்
பயத்தை ஆழப்படுத்தும்.

அந்த பயம்
வெறுப்பாக மாறும்.

மனம்
அன்பை மறந்து
வெறுப்பால் ஆட்படும்.

இந்த அச்சம்
எதைத் தேடுகிறது?

“இதற்கு முடிவு எப்போது?”

மனம் தேடும் முடிவு
ஆசையின் முடிவு அல்ல.

மனம் தேடும் முடிவு –
நிறைவு.
அதுவே பாதுகாப்பு.

அந்த பாதுகாப்பு
கிடைக்காதவரை –
ஆசை
மனதிற்குள் ஒரு திறந்த வளையமாக நிற்கும்.

அந்த வளையம்
உன்னைச் சுற்றும்.
உன் எண்ணங்களைச் சுற்றும்.
உன் நாட்களைச் சுற்றும்.

நிறுத்த முடியாத பாரம்...
இன்னும் கொஞ்ச தூரம்...
என்று மனம் ஓடும்.

இவை
ஆசையின் ஓட்டமல்ல..
மாயையெனும் ஒரு சுழற்சி மட்டுமே.

ஒரு இயந்திரம் போல
அதே எண்ணங்களை
மீண்டும் மீண்டும்
சுழற்றும்.

அந்த இயந்திரம்
உன் வாழ்க்கையை
இயக்கத் தொடங்கும்.

ஆசை
கற்பனையாக மாறி
மாயை ஆகிறது.

பதற்றம்
கட்டுப்பாடாக மாறி
காயத்தை உருவாக்குகிறது.

இரண்டும்
மனதிற்குள் திறந்த
வலயங்களை உருவாக்கும்.

அந்த வளையங்கள்
மீண்டும் மீண்டும்
மனதைச் சுற்றி
மனஅழுத்தமாக மாறும்.

மார்க்கம் ஒன்றே!

இப்போது –
இத்தனை குழப்பமான
இந்த நிலையை கையாளுவது எப்படி?

இயந்திரத்தை உடைப்பதா?
வலயத்தை வெட்டுவதா? –
அது திறந்த வலயமாயிற்றே!
எப்படி வெட்டுவது?
மாயையோடு புரட்சி செய்வதா?

இவை எல்லாம் கேட்க சரி –
நடைமுறையில்
இந்த முயற்சியும்
ஆசைதான்,
மாயைதான்.

தீர்வு —அதை கவனிக்க
கற்றுக்கொண்டால் போதும்.

முதலில்,
உதிக்கும் ஆசைக்கு
ஒரு இயல்பான பெயர் வை.

"இது ஆர்வம்."
"இது கற்பனை."
"இது பழைய பழக்கம்."
"இது எதிர்பார்ப்பு."

என்று
ஆசையின் வேரறிந்து பெயர் சூட்டு.

ஆனால்–

"இது சரி"
"இது தவறு"
என்று
மேம்போக்காகப்
பெயர் வைக்காதே.

இது சட்டம் பேசித்
தண்டனை வழங்கும் நீதிமன்றம் அல்ல.

பாவம்!

உன் மனம் தானே -
எளிமையாக கையாண்டு விடு.

அத்தோடு —

“நான் ஆசைப்படுகிறேன்”
என்று
உன்னை இதில்
பிணைக்காதே.

“எனது கற்பனை”
என்று
உன்னை இதில்
இணைக்காதே.

“என்னுடைய
எதிர்பார்ப்பு”
என்று
உன்னை எதிர்பார்ப்போடு
ஒட்டிக்கொள்ளாதே.

பெயர் – உனக்குள் நிகழும்
நிகழ்வுக்கே இருக்கட்டும்;
நீ
அதன் உரிமையாளர்
ஆகாதே.

அது உன்னிடம்
வரலாம்;
உன்னுடன்
இருக்கலாம்;

ஆனால்–
நீ
அதுவாக
மாற வேண்டாம்.

ஆசையின் ரூபம்

பெயர் சூட்டி
உன்னை ஆசையிலிருந்து
பிரித்தால் பதற்றம் பாதி தீரும்.

ஏனெனில் –
பெயர் வைத்தால்
அது நீ இல்லை அல்லவே.

அப்போது ஆசை யார்?

ஆசையை
உன் பக்கத்தில்
உட்கார விடு –
ஒரு குழந்தையைப் போல.

அது பேசட்டும்;
வாதிடட்டும்;
சண்டை போடட்டும்.

அது உனக்குள் இருக்கும் செல்லக் குழந்தை

நீ செய்ய வேண்டியது
ஒன்றே ஒன்று –

“நீ வந்திருக்கிறாய்;
நான் கவனிக்கிறேன்.
நீ சொல்வதை
முழுமையாகக் கேட்கிறேன்.”

மேலும்
எதுவும் செய்யாதே.

ஆசை கூச்சலிடும்:

“இது நியாயம்!”
“இது அவசியம்!”
“இதில்லாமல்
நீ முழுமை இல்லை!” என்று

அப்போது –
உன் நுட்பத்தை அழை;
உன் மதியை அழை.

“இது இப்போது
உடலின் தேவையா?”
“இது இப்போது
வாழ்க்கையின் தேவையா?”

பதில் ‘இல்லை’
என்று புத்தி சொன்னால் –
அதை அப்படியே
கேட்டுவிடு.

இதுவே **பக்குவத்தின்** முதற் படி.

ஆம் இது கடினம் தான்.

ஏனென்றால் ஆசைக்கு அர்த்தம் வழங்கினாய் —
இப்போது அதை எதிர்கொள்கிறாய்.

முதல் இரண்டு மூன்று முறை
உடலும் மனமும்
அலைபாயும்;

கடல் போலக்
கொந்தளிக்கும்.

ஒரு குழந்தையின்
விளையாட்டுப் பொருளைப்
பறிப்பது போலத்தான்.
உன் மனக்குழந்தை
உன்னோடு பிடிவாதம் செய்யும்.

அது இயல்பு –
நீ ஆசைக்கு
அர்த்தம் கொடுத்து வாழ்ந்த
பழக்கம்.

அந்தப் பழக்கத்தின் வெறி
உடனே தணியாது;
மெதுமெதுவாகத்தான்
தணியும்.

தெளிவே துணை எனக் கொள்.

அவசரம் வேண்டாம்.
அவசரமே பதற்றம்
பதற்றமே புதிய மாயை.

அடம் பிடிக்கும் குழந்தையை
அடக்கினால்
இன்னும் அழும்,

அதை கரையவிட்டால்
பிறகு விளையாடும் –
காலமே அருமருந்து.

காலம் என்றால்
ஆண்டு காலம் இல்லை –
சில வினாடிகள்

உதிக்கும் ஆசைக்கு
பக்குவம் பேசிப் பழகு.

உன்னுள் உறையும்
மனக்குழந்தையுடன்
நீயும் பக்குவப்படுவாய்.

ஆசையின் வேகம்
அடங்கியபின்,
உடலையும்
ஆசுவாசப்படுத்த வேண்டும்.

பயம் தனிய

எழுந்து நில்!
கால்களை நன்றாக ஊன்றி நில்!

பிறகு கைகளை மார்பிலே வைத்து
நீ ஆசைக்குச் சூடிய பெயரை
மூன்று முறை சொல்!

அதன் பிறகு
உன் நரம்புமண்டலம்
சற்றுச் சஞ்சலம் கொள்ளும்

மூச்சை நான்கு வினாடி உள் இழு

பின் ஆறு வினாடி மூச்சை அடக்கு

எட்டு வினாடி பொறுமையாக வெளியேற்று.

இது யோகப் பயிற்சி
மட்டும் அல்ல
உன் நரம்பு மண்டலத்தை

மீண்டும்
இயல்புநிலைக்கு மாற்றும்
பயிற்சி.

<u>பின் இந்த உலகத்தோடு தொடர்புகொள்</u>

எப்படி என்றால்,

<u>உன்னைச் சுற்றி உள்ள ஐந்து பொருட்களைப்
பெயருடன் சொல்.</u>

இது உன்னை
ஆசையென்னும் கனவுலகிலிருந்து
மண்ணுலகிற்கு அழைத்துவரும்

இப்போது
உனது ஆசையென்னும் குழந்தை
சற்று அடங்கி விடும்.

ஏன்? –
நீ
பதற்றத்திலிருந்து
பாதுகாப்புக்கு
வந்திருக்கிறாய்.

கணந்தோறும் நரம்புமண்டலம்
கேட்பது ஒன்றுதான் —

“இப்போது நான் பாதுகாப்பிலா?”

நீ ஆசையை அடக்கினாலும்
அது பாதுகாப்பு இல்லை.

நீ ஆசையை விரட்டினாலும்
அது பாதுகாப்பு இல்லை.

நீ ஆசையை அடைய முயன்றாலும்
அது பாதுகாப்பு இல்லை.

நீ மாயையை ஒழிக்க அவசரப்பட்டாலும்
அது பாதுகாப்பு இல்லை.

அதனால்
நரம்புமண்டலம்
அலறத் தொடங்குகிறது.

அதற்குப் பெயர்தான்
பதற்றம்.

பதற்றத்தைத்
தீர்க்க வேண்டிய
பிரச்சனை என்று
நினைக்காதே.

அது ஒரு
செய்தி.

அந்தச் செய்தி இதுதான்:

“நீ அவசரப்படுகிறாய்.
நான் பாதுகாப்பில் இல்லை.”

பயமெனும் பேய்தனை யடித்தோம்
என்ற பாரதியின் வரிகளில்
பதற்றத்திற்கு மூலம்
பயம் தான்
என்று தெளிவுகொள்.

ஆசை அடையமுடியுமா?
ஆசை அடைவது குற்றமா?
ஆசை நியாயமா?

என்ற சந்தேகங்கள்தான்
இங்கே பயம்.

இதை விரட்ட -
பாதுகாப்பை
முதலில் உன்
நரம்புமண்டலத்திற்குக்
கற்றுக்கொடுக்க வேண்டும்.

பிறகென்ன -
பயம் இல்லையே

இப்போது
வேலை செய்.
நட.
படி.
உறங்கு.
உயிரோடிரு.
வாழ்ந்து பார்.

வாழ்க்கை
உன் பாதுகாப்பில்
நகரும் போது

ஆசை மையமில்லை;
ஆசையில் உதித்த மாயைக்கு
அர்த்தம் பிறக்குமா?

காற்றில் வெட்டிய
புகையைப்போல்
மாயை கரையும்.

அப்போது
ஒரு உண்மை

மெதுவாக
வெளிப்படும்:

மாறுவது நான் அல்ல.
மாறுவது –
மாயைக்கு நான் கொடுத்த
முக்கியத்துவம்.

ஆசை என் சக்தி.
மாயை என் பாடம்.
பதற்றம் –
நான் அவசரப்பட்ட
இடத்தின் சுடர்.

இதுதான் வழி.
இதுதான் தர்மம்.

இதுதான்
மாயையை ஒழிக்காமல்
மாயையை கடக்கும் மனிதனின்
விடுதலை.

பதற்றம் என்பது ஆசையின் விளைவல்ல,

அதை அவசரமாக மாற்றத் துடிக்கும் நரம்பு மண்டலத்தின் அபயக்குரல்;

நிதானமே அதன் பாதுகாப்பு!

தயக்கம் பிறந்தது

ஆசை பகையல்ல.
ஆசை பாவமல்ல.
ஆசை – மனிதனின் உயிர் நடுக்கம்.

அது பிறப்பதும் குற்றமில்லை.
அதில் வாழ்வதும் குற்றமில்லை.
அதில் வீழ்ந்து மீண்டும் எழுவதும்
“மனிதன்” என்ற பெயருக்குரிய இயல்பு.

மோகம் என்றால்
பழிசுமத்தாதே.
அது மனத்தின் ஓர் அலை.
அலை எழுவது
கடலின் குற்றமா?

ஆசையில்லா உலகம்
உயிரற்ற களம்.

ஆசையை
ஒரு குழந்தையாகக்
கண்டுவிடு.

அந்தக் குழந்தையை
நீ அடிப்பாயா?
அதே நேரம்
அது கேட்டதெல்லாம்
உடனே கொடுப்பாயா?

அல்லது
புத்திமதி சொல்லி
வழிகாட்டுவாயா?

அதேபோல்–
மனதில் எழும் ஆசையை
பகை என்று தள்ளாதே.
தெய்வம் என்றும் தூக்காதே.
அருகில் அமரவைத்துக் கொள்.

ஆனால்–
அமரவைத்த பிறகுதான்
உனக்குள் போர்க்களம் திறக்கும்.

எழும் ஆசைகள்
அனைத்திற்கும் ஒரே தீர்வா?
இல்லை.

எழும் ஆசைகளை
பிரித்தறிய பழகு.

எது நியாயம்?
எது அநியாயம்?
எது வளர்ச்சி?
எது வீழ்ச்சி?

இந்தப் பிரிப்பை
அறியாத இடத்தில்
மனிதன் தள்ளாடுகிறான்.

ஏனெனில்–
ஆசை வாழ்க்கையின் உந்துசக்தி.

அதைப் பிரித்து
திசை காட்டுவதில்தான்
வாழ்க்கை அடங்கியிருக்கிறது.

சரியாக திசை காட்டினால்
அமைதி நிலவும்.
அதை தறிகெட்டு ஓடவிட்டால்
மனம் அலைமோதும்.

ஆசையைப் பிரித்தறியும்போது
அனைத்தையும்
ஒரே தராசில் வைக்க முடியாது.

உண்மை

“என் ஆசைகள் எல்லாம் நிறைவேறும்”
என்று நீ நம்பும் வரை
இனி வரும் வார்த்தைகள்
காற்றில் கரையும்.

அவன் கேட்பான்–
ஆனால்–
இதயம் இல்லை.

அவன் படிப்பான்–
ஆனால்–
பசித்த கண்கள் இல்லை.

அங்கே தெளிவு இல்லை.
ஒரு வெறுப்பே பிறக்கும்.

ஆனால்–
ஆசை தடைபட்டு
வாழ்க்கை
ஒரு இடத்தில் நின்று
"ஏன்?" என்று
மனம் கத்தத் தொடங்கும்
அந்த தருணத்தில்–

இந்த வார்த்தைகள்
நெருப்பாக மாறும்.

இந்த பயணம்
ஆசையைப் பிடித்து கட்டியவனுக்கல்ல.
ஆசையை அடக்கி அழுத்தியவனுக்குமல்ல.

இது–
தேர்வின் இரகசியம் அறியாமல்
தயக்கத்தில் தள்ளாடும்
மனிதனுக்காக.

தயக்கம் பலவீனம் அல்ல.
தயக்கம் –
நீ கண்டெடுத்த
புதிய விழிப்பின் முதற்படி.

அதுவே
முதிர்ச்சியின் வாசல்.

அதுவே
அமைதியை அழைக்கும்
முதல் கதவு.

ஆசையின் பரிமாணம்

ஆசை ஒன்றல்ல –
ஆசை
ஒரு மரத்தின் கிளைகளை போல
பலவாராக பிரியும்.

ஆசை
துணையைத் தேடும். –
ஆனால்–
அது புதிய உறவுக்காக அல்ல!

அந்த நபரின் மீது
நீ ஏற்றிய
உன் குறைவுகளுக்காக!

ஆசை
பொருளிடம் தோன்றுகிறது–
ஆனால்–
பொருளின் தேவைக்காக அல்ல!

"இது இல்லாமல்
நான் முழுமை இல்லை"
என்று
உன் மனம்
நம்பிக் கொண்டதற்காக!

ஆசை
வருங்காலக் கனவுகளோடு
கைகோர்க்கிறது–
கனவு அழகாக இருப்பதால் அல்ல!

இன்றைய தருணம்
உனக்குப் போதாததால்!

ஆசை
உறவுகளிடம்
வேரூன்றுகிறது–
அவர்களை நேசிப்பதற்காக மட்டும் அல்ல!

அவர்கள்
மாற வேண்டும்
என்று
நீ எதிர்பார்ப்பதால்தான்!

சிந்தித்து பார்!

ஆசை
வெளியில் இல்லை!

ஆசை பிறக்கும் இடம்–
“இப்போது இருப்பது போதாது”
என்று உள்ளம் முடிவு செய்யும் இடம்.

அந்த முடிவே
மூன்று பாதைகளைத் திறக்கும்.

ஒரு பாதை – பிழைப்புக்கு.
அடிப்படை தேவைகளைப் பூர்த்தி செய்ய.

மற்றொரு பாதை – விரிவுக்கு.
பெற்றதை விரிவுபடுத்த.
நிலைத்துப்போகச் செய்ய.

இவை இரண்டும் தவறல்ல.
விரிவடைய வேண்டும் என்ற எண்ணமே
மனிதனின் இயல்பு.

ஆனால்–

விரிவின் பாதையில்
“நான் யார்?” என்ற அடையாளம் பெரிதாகிறது.

அங்கே
அகந்தை உருவாகிறது.
ஒப்பீடு தீவிரமாகிறது.
பொறாமை சாத்தியமாகிறது.

இவை ஆசையின் குற்றமல்ல.
இவை அடையாளத்தின்
பாதுகாப்பு முயற்சிகள்.

ஆனால்–

அந்த பாதுகாப்பு முயற்சிகள்
உன்னுள் புதைந்திருக்கும்
ஒரு குறையைத் தொட்டுவிட்டால்–

அழுத்தம் பிறக்கும்.

அந்த அழுத்தத்தை
உள்ளம் தாங்க முடியாதபோது
மனம்
உடனடி நிவாரணம் தேடும்.

சில நேரங்களில் ஓய்வு.
சில நேரங்களில் பழக்கம்.
சில நேரங்களில் மறைவு.

அங்கேதான்
உன் உயிர்சக்தி
விரிவுக்கு அல்ல–
மறைப்பதற்கு செலவாகிறது.

மண், பெண், பொன்

அங்கேதான்
நீ வெளியில்
நிலத்தைப் பிடிக்கிறாய்.
உறவுகளைப் பிடிக்கிறாய்.
பொருள்களைப் பிடிக்கிறாய்.

அந்த பிடிப்பைத்தான்
முன்னோர்
மண், பெண், பொன்
என்று சுருக்கினர்.

ஆனால்–
அவர்கள்
பொருள்களைச்
சொல்லவில்லை.

அவர்கள் உன்
உள் பயங்களை
சுட்டிக் காட்டினார்கள்!

மண்
வெறும் நிலம் அல்ல!
அது உன் அடையாளம்!
நாடு, மொழி, சாதி, மதம், பதவி–

மனிதன் மண்ணுக்காக
சண்டை போடுவதில்லை!

தன் அடையாளம்
ஆபத்தில்
இருக்கும் போது

தான்
போர் தொடங்குகிறான்!

பெரியோர்
பெண் என்றனர் –
ஆனால்–
இன்றைய சூழலுக்கு
அது ஒரு உறவு
எனக்கொள்வது தகும்.

பெண்ணும் ஆணும்
வெறும் உடல் அல்ல!

அவர்கள் உனது
அங்கீகாரம்!
ஆறுதல்!
முழுமை!

“மறுபடி
குழந்தையாகி
விட மாட்டோமா?”
என்ற
பழைய ஏக்கம்!

அதனால்தான்
ஒரே துணை
ஒரு மனிதனுக்கு
காதலாகவும்,
பாதுகாப்பாகவும்,
மோட்சமாகவும்,
நரகமாகவும் மாறுகிறார்.

பொன்
வெறும் பணம் அல்ல!

அது
பாதுகாப்பு!
அதிகாரம்!

“மரியாதையில்லா வாழ்க்கை
எப்படி இருக்கும்?”
என்று
அஞ்சும்
உன் நரம்பு மண்டலத்தின்
பாதுகாப்பு அரண்!

இன்று பொன்னினும் அரிது
கவனம் அதாவது பெயர் & புகழ்!

ஒரு “லைக்”!
ஒரு பாராட்டு!
ஒரு அங்கீகாரம்!

“நீ முக்கியம்”
என்று
யாராவது
சொல்ல மாட்டார்களா?
என்ற
அந்த மௌனத் தவிப்பு!

மேலோட்டமாக பார்த்தால்
இதுவும் ஆசைப்போல்
தோன்றும்.

பசியின் வேர்

ஆனால்–
இது குறைவின் சத்தம்.

உடல் பசியெடுத்தால்
அது கற்பனை அல்ல.
உண்மையான தேவை.

அதேபோல்
குறைபட்ட மனம்
ஆசையாக வெளிப்பட்டால்–

பார்க்கப்படாமல்,
பாதுகாப்பில்லாமல்,
தனிமையில்,
அர்த்தமின்றி
நீண்ட காலம் இருந்தால்–

அது ஏக்கம்,
வெறும் ஆசையல்ல.

அதை காணாமல்
ஆசையை மட்டும்
உணவாக்கி பரிமாறினால்–
மாயை மெதுவாக
சூழ்ந்து கொள்ளும்.

அதிகமாக
ஆசையில் மூழ்கி
அனுபவித்தாலும்
மாயை உருப்பெறும்.

ஆசையை
பழி என்று சொல்லி
தள்ளிவைத்தாலும்
மாயை உருப்பெறும்.

ஆசை
ஒரு குறையின்
வெளிப்பாடு.

அந்த குறை
சிலசமயம்
காயத்திலிருந்து பிறக்கிறது.

அதனால்–
பசியின் வேரை காண
காயத்தை காண வேண்டும்.

காயம்
ஆசையில்
மறைந்து கிடக்கும்.

அது மருந்து கேட்காது.

அது
அங்கீகாரம் கேட்கும்.
பாதுகாப்பு கேட்கும்.
உறவைத் தேடும்.
கற்பனையாக உருமாறும்.
பிறரை கட்டுப்படுத்த முயலும்.

அது
“நான் யார்?”
என்ற கேள்விக்கு
“நான் முக்கியம்”
என்ற பதிலை
வெளியில் தேடும்.

அந்த ஏக்கம்
காயத்தை மறைத்து

ஆசையாக உருவெடுத்து
உள்ளே கத்தத் தொடங்கும் போது–

அது
உன்னைத் துரத்தும்.

நீயே
அதன் வேகத்திற்கு
ஈடு கொடுக்க முடியாமல்
மதம் பிடித்த யானை போல
ஓடிக்கொண்டிருப்பாய்.

காயம்
ஒரே இருளல்ல.
அது
ஐந்து நிழல்களாக
மனத்தில் விழுகிறது.

அங்கீகாரம் கிடைக்காத காயம்

ஒரு குழந்தையாக
நீ முறையே
பார்க்கப்படவில்லை
என்றால்,

பெரியவனான பின்
நீ தேடுவது
புகழை அல்ல!

“நான் இங்கே இருக்கிறேன்–
என்னைப் பாருங்கள்!”
என்ற
ஒரு மருந்தை!

பாதுகாப்பு இல்லாத காயம்

வறுமையும், துரோகமும்
நாளை பற்றிய
பயத்தை
விதைக்கும் போது,

ஆசை தேடும்
மருந்து – சேமிப்பு!

அதிகம் சேர்க்கும் மனிதன்
பேராசைக்காரன் அல்ல!
கஞ்சனும் அல்ல!

அவன்
நாளைக்கு அஞ்சும்
ஒரு பயந்த குழந்தை!

தனிமை காயம்

புரியப்படாத உணர்ச்சிகள்
காமமாக உருவெடுக்கும்!

அவன் தேடுவது
உடலை அல்ல!
“நான் தனியாக இல்லை”
என்ற பாதுகாப்பை!

கட்டுப்பாடு இழந்த காயம்

அவமானப்படுத்தப்பட்டவன்
அதிகாரத்தை
ஆசைப்படுகிறான்!

அவன் கெட்டவன் அல்ல!
“இனி யாரும் என் மீது
நடக்கக் கூடாது”
என்று தீர்மானித்தவன்!

அர்த்தமின்மை காயம்

“இதெல்லாம் எதற்காக?”
என்ற கேள்வி
மார்பைத் துளைக்கும் போது,

வாழ்க்கையை
தக்கவைக்க
மனம் கனவு எனும் மருந்தை
ஊற்றுகிறது!

விளக்கம் தேடாதே–
இது ஒரு தற்காப்புத் திரை.

எனவே

காயம்
காணப்பட வேண்டும்!
மறைக்கப்பட
வேண்டிய பாவமல்ல–

அதனால்–
ஆசையைத் தவறென்று சொல்லாதே.
ஆனால்–
அது சுட்டிக் காட்டும்
குறைவைக் கவனி.

புரிந்துகொள்ள வேண்டிய
உண்மையும் இதுதான்!

அடையாள ஆசை

ஆசை உன்னை உயர்த்தியது–
ஒரு படி.

ஆசை உன் காயத்திற்கு
மருந்தானது–
ஒரு படி.

ஆனால்–
இந்த இரண்டுக்கும் நடுவில்
ஒரு விசித்திரமான நிலை உண்டு.

அதுவே மூன்றாவது பாதை.

அங்கே–
ஆசை உயர்வாக இல்லை.
மருந்தாகவும் இல்லை.

அது
புனிதமாக மாறுகிறது.

அவற்றை கவனிக்கவில்லை என்றால்–
மனிதன்
தன்னை அறியாமல்
உள்ளே சிதறிப் போவான்.

அதில் ஒன்றை பார்ப்போம்

ஒரு மனிதன்
தன்னைச் சார்ந்தவர்கள்
நன்றாக இருக்க வேண்டும்
என்று நினைக்கிறான்.

அவர்கள் வாழ்வில்
நவரசம் துளிர்க்க வேண்டும்
என்று விரும்புகிறான்.

இந்த எண்ணம்
பாவமல்ல!
மோகமல்ல!
சுயநலமும் அல்ல!

பார்த்தால் இது உயர்ந்த எண்ணமே,

அது தான்
பொறுப்புணர்வு!

ஆனால்–
அதே பொறுப்பு
ஒரு நொடியிலே
வடிவம் மாறுகிறது.

“அவர்கள் இதைப் பெற வேண்டும்!”
“அதை நானே செய்து தர வேண்டும்!”

அந்த நொடியிலே–
ஆசை
தன்னை மறைத்துக் கொண்டு
‘கடமை’ என்ற
வேடம் அணிகிறது!

அப்பொழுது
மனம் கட்டளை போடத் தொடங்குகிறது:

“நான் ஓய்வெடுக்கக் கூடாது!”
“நான் சோர்ந்துவிடக் கூடாது!”
“நான் சுமந்தே ஆக வேண்டும்!”

கவனி–
இங்கே ஆசை
இன்பம் தரவில்லை.
மாயை காட்டவில்லை.
மருந்தாகவும் இல்லை.

அது
அடையாளத்தில் உறைந்து
மன அழுத்தமாக
மாறுகிறது!

ஆனால்–
அந்த அழுத்தம்
மனிதனை உடைக்க செய்யவில்லை.

அதே இடத்தில்
ஒரு புதிய வேகம் பிறக்கிறது!

ஒரு தள்ளுதல்!
ஒரு கடினமான உறுதி!
“நான் செய்தே ஆக வேண்டும்!”
என்ற
உள் கட்டளை!

இதுதான்–
குடும்பத்தைத் தூக்கும் மனிதன்!
சுமை ஏந்தும் தோள்கள்!
வெளியில் அமைதி–
உள்ளே எரியும் நெருப்பு!

ஆனால்–
இங்கே
மிக நுண்ணிய அபாயம் உண்டு!

இந்தக் கடமையை
'ஆசை' என்று
நீ உணரவில்லை என்றால்–
இந்த வேகத்தை
உன் அடையாளமாக
மாற்றிக் கொள்வாய்!

அப்பொழுது
நீ கேட்க மாட்டாய்:

"எனக்கும் ஓய்வு வேண்டுமா?"
"எனக்கும் ஒரு தேவை இருக்கிறதா?"
"இது என் பொறுப்பா?
அல்லது
என் பயமா?"

அந்தக் கேள்வி
எழாத நாளில்தான்–
இந்த மூன்றாவது பாதை
மனிதனை மௌனமாக
சிதைக்கத் தொடங்கும்!

அதனால்–
தெளிவு கொள்!

இந்த புனித பாதை
தவறு அல்ல!
ஆபத்தும் அல்ல!

ஆனால்–
அறியப்படாவிட்டால்
இது மோகத்தைவிட
அதிக சுமை தரும்!

ஆசை கடமையாக
உருமாறும் போது–
அதை விழிப்புடன்
ஏற்றுக்கொள்!

ஆனால்–
அதை உயிர்த்தியாகமாக
என்றும் மாற்றாதே!

குதிரைகளும் சாரதியும்

இப்போது
ஒரு உண்மை
மெதுவாக
தெளிவாகிறது.

ஆசை
ஒரு குதிரை அல்ல.

ஆசை பல குதிரைகள்.

ஒவ்வொன்றும்
ஒவ்வொரு திசையில்
ஓடத்துடிக்கும்.

இந்த எல்லா வடிவங்களிலும்
ஆட்கொள்ளப்பட்ட மனிதன்
கெட்டவன் அல்ல.
பலவீனனும் அல்ல.

அவன் ஆசையின்
ரூபங்களைப்
புரிந்துகொள்ளாதவன்
அவ்வளவுதான்.

ஓடத்துடிக்கும் குதிரைகளில்–
சில காயப்பட்டிருக்கின்றன.
காயப்பட்ட குதிரைக்கு
கடிவாளம் போட முடியுமா?

போட்டாலும்
அது
நேரேதான் ஓடுமா?

அது
எளிதில் சோர்வடையும்
அல்லது
தறிகெட்டு ஓடும்.

அதனால் –
குதிரையை
தேர்வு செய்வதற்கு முன்
அதன் காயத்தை
பார்க்க வேண்டும்.

முதலில்
காயப்பட்ட குதிரைகளை
பார்ப்போம்.

கடிவாளம் –
ஒரு ஞானம்.

அதைப் பற்றி
பிறகு பார்க்கலாம்.

ஆசையை வெல்ல நாம் பிறவி எடுக்கவில்லை.

ஆசையை அழிக்கவும் நாம் வரவில்லை.

இதனோடு விழிப்புடன்
வாழக் கற்றுக்கொள்ளவே
வந்திருக்கிறோம்.

மனிதனின் ஆசைகளை
இயக்குவது காயங்கள் என்றால் –

அதில் முதல் காயம்.

அங்கீகாரம் தேடும் காயம்

ஒரு மனிதன்
தன்னைத் தானே
அங்கீகரிக்கத் தெரியாதபோது,
அவன்
அங்கீகாரத்தை
வெளியில் தேடத் தொடங்குகிறான்.

அங்கீகாரம்
வெளியில் இருந்து வருவது
தவறு அல்ல.

ஆனால்–
அடுத்தவன் வைத்திருக்கும்
அளவுக்கோலை
நீ வாங்கி உன் வாழ்வை
அளக்கத் தொடங்குகிறாய்.

அந்த நொடியில்தான்–
உன் சுயகம்பீரம்
மெதுவாகச் சரியத் தொடங்குகிறது.

உண்மையில்–
அவன் அளவுக்கோலில்
உனக்கான அளவீடு
எப்போதும் இருக்காது.

ஏனெனில்–
அவன் அளவுக்கோல்
அவன் தர்மத்திற்காகச்
செய்யப்பட்டது.

அவன் பயணத்திற்கு.
அவன் காயங்களுக்கு.
அவன் கனவுகளுக்கும்
அவன் பயங்களுக்கும்.

அந்த அளவுக்கோலில்
நீ பொருந்த மாட்டாய்.

அதையும் மீறி பொருத்திப்பார்த்தால்,
நீ உன்னைத் தாழ்த்துவாய்.
உன்னை சந்தேகிப்பாய்.
உன்னை மறுப்பாய்.

அந்த இடத்திலிருந்துதான்
அங்கீகாரம் தேடும்
ஆசைக் குதிரை
வேகம் தாளாமல்
தள்ளாடத் தொடங்குகிறது.

ஒரு ‘லைக்’ வந்தால்தான்
நீ அழகானவன் என்றோ.
அழகானவள் என்றோ
எண்ணுகிறாய்.

ஒரு பாராட்டு,
ஒரு கைத்தட்டல்,
ஒரு அங்கீகாரம் கிடைத்தால்தான்
நீ மதிப்புள்ளவன்
என்று
நம்பத் தொடங்குகிறாய்.

அந்தக் குதிரை
எங்கே தள்ளாடியது?

பிறரின் பார்வையை நோக்கி.
பாராட்டை நோக்கி.
பார்ப்பவர்களை நோக்கி.
அவர்களின் அங்கீகாரத்தை நோக்கி.

ஆனால்– அங்கீகாரம் உண்மையில் –
உன் சொந்த அளவுக்கோல்
உன் கையில்
திரும்பி வரும் தருணத்தில் தான் பிறக்கும்.

நீயே உன்னை பார்த்து,
நீயே உன்னை அளந்து,

“இது தான் என் அளவுகோள்,
இதுவே போதுமானது”

என்று
உள்ளுக்குள்
நின்று சொல்லும்
அந்த நொடி.

உனக்கான இலக்கை
உனக்கான அளவுகோலை
நீயே நிர்ணயித்துவிடுவாய்.

ஆனால்–
நடைமுறையில்
இது சாத்தியமா?

ஆம்.
கண்டிப்பாகச் சாத்தியம்.

எப்படி?

அங்கீகாரத்தின் பயம்

முதலில்
ஒரே ஒரு பயத்தை
நீக்க வேண்டும்.

"மற்றவர்கள் என்ன நினைப்பார்கள்?"
என்ற பயத்தை.

அந்த பயம்
உன் மனத்திலிருந்து
விலகும் நாளில்தான்–
அந்தக் காயத்திலிருந்து
பிறந்த ஆசையும்
உன்னை விட்டு
மெதுவாக அகன்றோடும்.

அப்பொழுது
கண்ணாடியில்
உன்னை நீயே பார்ப்பாய்.

உன் கண்களை
நீயே பார்த்து
ஒரு புன்னகை செய்வாய்.

பிறர்
பார்வை வந்தாலும்,
வராவிட்டாலும்–
மக்கள் கொண்டாடினாலும்,
தாழ்த்தினாலும்–
உன் மதிப்பு
உனக்குள்
அசையாமல் நிற்கும்.

இதுதான்
அந்தக் காயத்திற்கு
உண்மையான மருந்து.

இந்த காயம்
வெறும்
கைப்பேசித் திரையில்
மட்டும் இல்லை.

அது
உன் அன்றாட
வாழ்க்கையின்
பல இடங்களில் வெளிப்படுகிறது.

அது
உன் சமையலறையிலும்
இருக்கிறது.

“நான் சமைத்தது நன்றாக இருக்கிறதா?”
“நான் செய்தது உனக்குப் பிடித்ததா?”
என்று
ஒவ்வொரு அசைவிற்கும்
மற்றவர் முகத்தைப் பார்க்கிறோம்.

அங்கே–
மற்றவர் தரும் பாராட்டு
உனக்கு
ஒரு உயிர்க்காற்று போல
ஆகிவிடுகிறது.

அவர் பாராட்டவில்லை என்றால்–
உன் செயலுக்கு
நீயே மதிப்பு
தர முடிவதில்லை.

மெல்ல மெல்ல
நீ உன்னை
ஒரு சேவகனாக
மாற்றிக் கொள்கிறாய்.

அதே காயம்
உன் அலுவலகத்திலும் இருக்கிறது.

ஒரு வேலையைச்
சிறப்பாகச் செய்து
திருப்தியை விட–

அதைச் செய்ததற்காக
மற்றவர்கள்
உன்னைத் தலையில் தூக்கி
கொண்டாட வேண்டும்
என்று எதிர்பார்க்கிறாய்.

அந்தக் கைதட்டல்
உன் திறமையின்
மதிப்பெண் ஆகிவிடுகிறது.

கைதட்டல் குறைந்தால்–
உன் உழைப்பு
சோர்வடைகிறது.

நீ உன்னையே
ஒரு பந்தயக் குதிரையாக
உணர்கிறாய்.

சமூகத்தில்–
இந்த காயம்
இன்னும் வெளிப்படையாகிறது.

மற்றவர்கள்
நம்மைப் பற்றி
என்ன பேசுகிறார்கள்?
நம்மை
ஒரு வெற்றியாளராகப்
பார்க்கிறார்களா இல்லையா?

உன் வீடு,
உன் உடை,
உன் வாழ்க்கை,

உன் உறவு,
உன் சந்ததி,
உன் எண்ணத்தில்
ஊன்றிய
அந்த அங்கீகார பசிதான்
உன்னை ஆளத்தொடங்குகிறது.

அதுவே மாயை.–

எதையும் நீ
உனக்காகத்
தேர்ந்தெடுப்பதில்லை.

ஊர் பார்க்க வேண்டும்
என்பதற்காகத்
தேர்ந்தெடுக்கிறாய்.

அந்த இடத்தில்தான்–
உன் சுயம்
மெல்ல கொல்லப்படுகிறது.

ஒரு உண்மையை
ஒரு நாள்
நேர்மையாகப் பார்:

“என் அளவுகோல்
யாருடைய கையில் இருக்கிறது?”.

அந்தக் கேள்வி
உனக்குள்
நேர்மையாக எழும் தருணத்தில் –
அங்கேயே
மாற்றம் தொடங்கும்.

சுய-அளவுகோல்

இப்போது
காயம்
தெளிவாகிறது.

அதற்கான மருந்து?

இதோ
ஒரு சிறு பயிற்சி.

ஒரு நாள்
ஒரு நற்செயலைத்
தேர்வு செய்.

அதை
யாருக்கும் தெரியாமல் செய்
யாரிடமும்
பாராட்டை எதிர்பார்க்காதே.
செய்துவிட்டு
ஒரு நொடி நில்.

உன்னிடம் நீயே கேள்:
“இதை
யாரும் பார்க்கவில்லை.
ஆனால்–
நான் என்னை மதிக்கிறேனா?”

அந்த பதிலே
உனக்குள் உன் அளவுகோலை
உன் கைகளில் திரும்பச்செய்யும்.

இங்கே நீ தேடுவது என்ன?
புகழா?
இல்லை.
உன் சுய கம்பீரம்.

அந்த சுய கம்பீரம்
வெளியில் இருந்து
வருவதில்லை.

அது
உள்ளுக்குள்
பொங்கி எழும்
சுயகண்ணியத்தில்
பிறக்கிறது.

இதற்குப் பெயர்
பலரும் மறந்த
ஒரு சொல்–

சுயதர்மம்.

பகவத்கீதையில்
கண்ணன்
தெளிவாகச் சொல்கிறான்–

ஒரு மனிதன்
தன் சுயதர்மத்தை
விட்டு விட்டு,
பிறருடைய தர்மத்தை
நோக்கி ஓடும் போது–
அங்கே
பயம் பிறக்கும்.

அந்தப் பயமே
அங்கீகாரம் தேடும்
ஆசையாக மாறுகிறது.

உன் ஆசையின் நிறைவு
பிறரின் பார்வையில் இருந்தால்–

அது
எப்போதும் சிதறும்.
நிலைக்காது.

அங்கீகாரம் தேடும் காயம்
மனிதனை
பிறரின் பார்வைக்கு
அடிமையாக்குகிறது.

ஆனால்–
இன்னொரு காயம்
மனிதனை
நாளையின் பயத்திற்கு
அடிமையாக்குகிறது.

அதுதான் இரண்டாவது குதிரை.

அங்கீகாரம் – பாராட்டில் பிறப்பதில்லை.

சுயகண்ணியத்தில் பிறக்கும் அமைதி.

பாதுகாப்பு தேடும் காயம்

இந்தக் குதிரையின் காயம்–
சுயசார்பை தொலைத்த
தருணத்திலிருந்து பிறந்தது.

அங்கே பயம் பிறக்கும்,
அது பாதுகாப்பை தேடும்.

பாதுகாப்பு பலவகை.
சிலருக்கு–
ஒரு உறவு.
சிலருக்கு–
ஒரு பதவி.
சிலருக்கு–
ஒரு அடையாளம்.

ஆனால்–
பெரும்பாலான மனிதர்களுக்கு
பணம்தான்
பாதுகாப்பின் முகம்.

முகம் மாறினாலும்,
பயம் ஒன்று தான்.

அதனால் தான்
இங்கே
நாம் பணத்தைப் பார்க்கிறோம்.

இந்தக் குதிரை எங்கே ஓடுகிறது?

அது
இன்றை நோக்கி ஓடவில்லை.

அது
நாளை நோக்கி ஓடுகிறது.

"நாளை
இந்தப் பணம் இல்லாமல்
நான் வாழ முடியுமா?"
என்ற பயத்தை நோக்கி.

இழப்பை நோக்கி.
பற்றாக்குறையை நோக்கி.
அந்த *"இல்லை"* என்ற வார்த்தையின்
குளிரை நோக்கி.

அதற்கு
கடிவாளம் வேண்டும்.

ஆனால்–
தறிகெட்டு ஓடும் குதிரைக்கு
கடிவாளம் எடுப்பது
எளிய காரியமல்ல.

மாயக் கண்ணாடி

இங்கே
ஒரு மாயக் கண்ணாடி
இருக்கிறது.

அது உனக்குச் சொல்லும் பொய்:

“பணம் ஒரு கோட்டை.
பணம் இருந்தால்
உன்னை எதாலும் காயப்படுத்த முடியாது.
நீ முழுமையாக பாதுகாப்பில் இருக்கலாம்.”

அந்தக் குதிரை
இந்தப் பொய்யை
மீண்டும் மீண்டும்
உன்னை நம்ப வைக்கிறது.

கவனி–
கோட்டை
உன்னைப் பாதுகாக்க மட்டும்
உருவாக்கப்படவில்லை.

அது
உன்னை
வெளியே வரவிடாமல்
சிறைபிடிக்கவும் செய்யும்.

நீ கட்டிய
அந்த கோட்டைக்குள்–
(பணத்தின் பாதுகாப்புக்குள்)
நீயே கைதியாகி விடுகிறாய்.

கோட்டைக்கு வெளியே
வாழ்க்கை இருக்கிறது.

கோட்டைக்கு உள்ளே–
வெறும்
பயம் மட்டுமே சூழ்ந்திருக்கிறது.

அப்படியானால்,
மருந்து எது?

முதல் மருந்து
ஒரு உண்மை:

பணம் பாதுகாப்பு அல்ல.
அது வெறும் கணக்கு –
வாழ்க்கையின் தேவைகளை
நிர்வகிக்க உதவும்
ஒரு கருவி மட்டுமே.

தெளிவு
எங்கே பிறக்கிறது?

நீ
உன் வாழ்க்கையை நோக்கி
நிதானமாகச் சொல்வதில்:

“இவ்வளவு இருந்தால்
நான் ஆரோக்கியமாக
வாழ முடியும்.”

“இவ்வளவு இருந்தால்
நான் மரியாதையாக
நிற்க முடியும்.”

“இதற்கு மேலே
பயம் நிர்வகிக்கிறது;
நான் நிர்வகிக்கவில்லை.”
என்று கூறுமிடத்தில்.

சந்தேகிப்பது?

இங்கேதான்
சுயசார்புத் தெளிவு
முளைக்கிறது.

ஆனால்–
அந்தக் காயம்
அடுத்த கேள்வியை கேட்கும்:

“நாளை வருமானம் போனால்?”

இந்தக் கேள்வி
இயற்கை.

உன் காதுகளில் மட்டும் அல்ல–
என் காதுகளிலும்
அது ஒலிக்கிறது.

ஆனால்–
சற்று கவனி.

நீ
பணம் போய்விடுமோ
என்று மட்டும்
பயப்படவில்லை.

நீ
வருமானத்தை ஈட்டும் திறன்
தொலைந்து போய்விடுமோ
என்று பயப்படுகிறாய்.

அதாவது–
நீ சந்தேகிப்பது
சந்தர்ப்பத்தை அல்ல.

உன்னை.

தட்டிப் பார்–
உன் மார்பைத் தொட்டுப் பார்.

அது
நேர்மையாகப் பதில் சொல்லும்:

“நான் விழலாம்.
ஆனால்–
எனக்கு எழுவதும் சுலபம்.”

உன் அனுபவம்
உன்னை அழித்ததா?
அல்லது
உன்னை உருவாக்கியதா?

பதில் வரும்
அந்த நொடியில்தான்
உன் திறமையின் மீது
நம்பிக்கை
புதிதாக மலரும்.

அதனால்–
நீ கட்ட வேண்டியது
பணத்தால் ஆன கோட்டை அல்ல.

நீ கட்ட வேண்டியது–

விழுந்தாலும்
எழத் தெரிந்த
உன் திறமையால் ஆன
ஒரு தளம்.

தளம்
உன்னை எங்கு வேண்டுமானாலும்
நடக்கச் செய்யும்.

கோட்டை
உன்னை ஒரே இடத்தில்
முடக்கி வைக்கும்.

இந்த காயம்
வெறும் சிந்தனை
மட்டும் அல்ல.

அது
உடலிலும் ஒலிக்கிறது.
மார்பில் இறுக்கம்.
மூச்சில் சுருக்கம்.

அந்த நொடியில்தான்
மனம்
"பணம் வேண்டும்,
பதவி வேண்டும்,
உறவு வேண்டும்"
என்று கத்துகிறது.

ஆனால்–
அது கேட்பது
"நான் நிலையாக நிற்கிறேனா?"
என்ற அடிப்படை உறுதி.

இப்போது: மனம்
அதை சற்று அருகில்
அமர வை

தளம் அமைப்போம்

அதோடு
வாதம் செய்யாதே.
அப்புறம்–
ஒரு காகிதத்தை எடு.

எழுது:
"நாளை என் வருமானம்
பூஜ்யமானால்–
என்னுள்
என்ன எஞ்சும்?"

அவசரப்படாமல் எழுது.

பணம் இல்லை என்றாலும்–
உன் அனுபவம் இருக்கிறதா?
உன் திறன் இருக்கிறதா?
மீண்டும் தொடங்கும்
தைரியம் இருக்கிறதா?

அங்கே
உன் தளம் தெரியும்.

இப்போது:
ஒரு முக்கியமான வேறுபாடு

உன் வருமானத்தில்
ஒரு பகுதியை

"நாளைக்காக"
ஒதுக்குவது–கணக்கு.

ஆனால்–
உன் நேரத்தின்
ஒரு பகுதியை
உன் திறமையை
மெருகேற்ற
ஒதுக்குவது–
சங்கல்பம்.

அதாவது–
உன்னுடன்
நீ செய்துகொள்ளும்
ஒரு ஒப்பந்தம்.

கணக்கு
உன்னை
ஒரு இடத்தில்
காப்பாற்றலாம்.

ஆனால்–
திறமை–
உன்னை
எங்கு வேண்டுமானாலும்
நடக்கச் செய்யும்.

இந்த உண்மை
மனதில் மட்டும் இல்லை.
உள்ளுக்குள்
நிலையாக வேண்டும்.

"பணத்தை இழக்கலாம்.
ஆனால்–

என்னை
திறமையாக மாற்றிக்கொண்ட
அந்த அனுபவத்தை
எவராலும் திருட முடியாது."

இது
ஒரு ஆறுதல் வார்த்தையா?

இல்லை.

இது–
பயத்திலிருந்து தளத்துக்கு
நகரும் தெளிவு.

அந்தத் தெளிவு வந்த பிறகு–

பணம் உன்னை ஆளாது.
நீ
பணத்தை
பயன்படுத்தத் தொடங்குவாய்.

இந்தக் குதிரை
தளம் மறந்து ஓடியது.

அதை நிறுத்துவது
பணம் அல்ல.
உன் தளம்.

அங்கேயே
அது மெதுவாக
அமைதியாகிறது.

ஆனால்–
மனத்தின் வெளியில்

காயங்களை சுமந்து
ஓடிக்கொண்டிருப்பது
இந்த இரண்டு குதிரைகள் மட்டுமல்ல.

அடுத்த ஒன்று –
மிக அமைதியாக
மனிதனை
சோர்வில் இழுக்கும்
தனிமைக் காயத்தை
சுமக்கும்
மூன்றாவது குதிரை.

பாதுகாப்பு – நாளையின் அச்சத்தில் இல்லை.

அது திறனில் நிலைக்கிறது.

தனிமைக் காயம்

அடுத்ததாக
நாம் சந்திக்கப் போகும் குதிரை–
தனிமைக் காயத்தை
சுமக்கும் பொதிக்குதிரை.

தனிமை என்றால்
யாரும் அருகில்
இல்லாத நிலை
மட்டும் அல்ல.

உன் பக்கத்தில்
உன் உறவுகள் இருக்கலாம்.

உன் வாழ்க்கையில்
நண்பர்களும் இருக்கலாம்,
பகைவர்களும் இருக்கலாம்.

ஆனால்–

உன் உள்ளத்திற்கு
ஆறுதலாக
யாரும் இல்லாத தருணம்.

அந்த தருணம்
தொடர்ந்து நீடித்தால்
தனிமை
ஒரு **காயமாக** மாறுகிறது.

அப்போது
தனிமை
உன்னை
ஒரு இருண்ட குகையைப் போல
பயமுறுத்துகிறது.

அந்தக் குகைக்குள்
நுழைந்தால்–

ஒலி பேரொலியாகிறது.
எண்ணங்கள் பெரிதாகின்றன.
மௌனம் அச்சமாக மாறுகிறது.

“துணை இல்லையென்றால்
நான் முழுமையற்றவன்.”

“என் இருப்புக்கு
அர்த்தமே இல்லை.”

என்று
உன் ஆழ்மனம்
கத்தத் தொடங்குகிறது.

அந்தக் கத்தலிலிருந்துதான்
இந்தக் குதிரை
உன்னுள்
உருப்பெறுகிறது.

தனிமை வடு

இந்த உலகத்தில்
உனக்குள் எழும்
பல ஆசைகள்–
ஒரு துணையையோ
அல்லது
ஒரு கூட்டத்தையோ
தேடி ஓடுகின்றன.
அது தவறு அல்ல.

அது
மனத்தின் இயல்பான
தற்காப்பு முயற்சி.

தனிமை
உன்னை பயமுறுத்தியதால்–
இந்தக் குதிரை
ஓடியது எங்கே?

மற்றோரின் கவனத்தை நோக்கி.
மற்றோரின் உடலை நோக்கி.
மற்றோரின் அங்கீகாரத்தை நோக்கி.

“யாராவது
என்னைத்
தீண்ட மாட்டார்களா?”
என்ற பசிக்கு.

“யாரிடமாவது
என் பாரத்தை
சுமத்திக் கொள்ளலாமா?”
என்ற ஏக்கத்திற்கு.

"எனக்குள் இருக்கும்
வெற்றிடத்தை
யாராவது
நிரப்ப மாட்டார்களா?"
என்ற அவசரத்திற்கு.

அந்த இடத்தில்தான்–
துணை
ஒரு தேவையாக
மாறுகிறது.

தேவை தீர்ந்தால்
மனம்
சற்றே நிம்மதி கொள்ளலாம்.

ஆனால்–
வெற்றிடம் தீராத வரை–
அதே தேவை
மீண்டும் மீண்டும்
ஏக்கமாக எழும்.

பின்னர்–
அது
ஒரு போதையாக
மாறுகிறது.

"இந்த துணை வந்தால்
எல்லாம் சரியாகிவிடும்."

"இந்த துணை வந்தால்
என் வாழ்க்கை
முழுமையாகிவிடும்."
என்ற

அந்த மயக்கத்திலே–
மாயை முளைக்கிறது.

மற்றொரு மனிதர்
உன் வாழ்க்கைக்கு
இசைந்து வாழ்ந்தால்
நிம்மதி.

நீ
உன் பயத்தை
பகிர்ந்துகொள்ள
ஒரு துணையைத்
தேடினாய்.

ஆனால்–
துணை என்றால்
உன் பயத்தை
உனக்குப் பதிலாக
சுமப்பவரா?

இல்லை.

இந்த நிலையில்
நீ ஒருவரை
நேசிப்பதில்லை.

அவரை
உன் பயத்திற்கான
மருந்தாக
பயன்படுத்துகிறாய்.

இந்தக் குதிரைக்கு
கடிவாளம்
போடத் தொடங்கியபோது–

ஒரு உண்மை
மெதுவாக தெளிவாகிறது.

கடிவாளம் என்றால்
சுருக்கிக் கொள்வது
அல்ல.

அது–
உன்னை முழுமையாக
நீயே உணர்வது.

மற்ற குதிரைகளைப் போல
இது
கணக்குகளால்
அடங்குவதில்லை.

இது
ஒரு **உணர்வுசார் தேவை.**

அதனால்
இதற்கான வழியும்
உணர்வின் வழியாகத்தான்.

முட்களை முட்கள் கொண்டு

இந்தக் குதிரையை
வெளியில்
பிடிக்க முடியாது.

ஏனெனில்
அது
உள்ளுக்குள் இறங்கும்
ஒரு நடுக்கம்.

அதனால் தான்–
இந்தக் குதிரையை பழக்க
ஒரு இடம் மட்டும் உண்டு.

தனிமை.

இதைக் கடக்க
ஒரு எளிய
ஆனால்–
நேர்மையான பயிற்சி.

உன் வாழ்நாளில்
ஒரே ஒரு நாள்.

யாரிடமும் பேசாதே.

தொலைபேசி இல்லை.
தொலைக்காட்சி இல்லை.
பொழுதுபோக்கு இல்லை.
எந்த திசையிலும்
தப்பித்து
பார்க்காதே.

உன்னோடு
நீ மட்டும்.

அந்த நாளில்
ஒரே ஒரு கேள்வி:

“என்னால்
என்னோடு
நிம்மதியாக
இருக்க முடிகிறதா?”

அப்போது உன்னுள்
எழும் தவிப்பை
கவனி.

அது பயமா?
அல்லது சலிப்பா?

பயமென்றால்–
அங்கே
காயம் இருக்கிறது.

சலிப்பென்றால்–
நீ உன்னை
சுவாரஸ்யமாக
மாற்றிக் கொள்ள
கற்றுக்கொள்ளவில்லை
என்று அர்த்தம்.

இவை இரண்டுமே
தனிமைக் காயத்தின்
வேறு முகங்கள்.

இப்போது ஒரு தெளிவு.

“அவன் இல்லையென்றால்
என்னால் நடக்க முடியாது.”

“அவள் இல்லையென்றால்
என் உலகம் சிதறும்.”

என்று
நீ நினைத்தால்–

நீ
அந்த மனிதருக்கு
ஒரு **கைதியாக**
மாறுகிறாய்.

ஆனால்–

நீ உன்னை
முழுமையாக
நிரப்பிக் கொண்ட பிறகு,

“ஒரு துணை
உடன் இருந்தால்
என் பயணம்
இன்னும் அழகாக இருக்கும்.

ஆனால்–
இல்லையென்றாலும்
என் பயணம்
நின்றுவிடாது.”
என்ற உறுதி பிறக்கும்.

இதுதான்
உன் தளம்.

தனிமை தவம்

இதை
பழகுவது எப்படி?

ஒரு உண்மையை
முதலில்
ஒப்புக்கொள்:

உன்னுள் இருக்கும்
தனிமை ஓட்டையை
யாரையும் வைத்து
நிரப்ப முடியாது.

மீண்டும் சொல்–

யாரையும் வைத்து
நிரப்ப முடியாது.

கடலில்
ஒரு குவளை நீரை
ஊற்றி
அதை நிரப்ப முடியுமா?

கடல்
ஏற்கனவே
நிறைந்ததே.

அதேபோல–

நீயும் உன்னுள்
நிறைந்திருக்க வேண்டும்.

அப்போதுதான்
வெளியிலிருந்து வரும்
உறவுகள்
ஒரு குவளை நீரைப் போல
உன்னைத் தொடும்.

அவை
மேகமாகி
மறைந்தாலும்–

உனக்கு
எவ்வித
பாதிப்பும் இல்லை.

உன் வெற்றிடத்தை
பிரச்சனையாக
பார்க்காதே.

ஒரு தகவலாக
மட்டுமே பார்.

அந்த வெற்றிடத்தில்
தினமும்
பத்து நிமிடம்
அமர்ந்து பழகு.

“நான் அனாதையல்ல.”

“நான்
என்னோடு இருக்கிறேன்.”

என்று
உன் உடலின்
ஒவ்வொரு அணுவிற்குள்ளும்
அனுப்பு.

முடிந்தால்–

உன்
குழந்தைப் பருவத்திலிருந்து
இன்று வரை
நீ உணர்ந்த
தனிமையை
நினைவு கூர்ந்து பழகு.

அங்கே–
அழுகை வந்தால்–
அழுதுவிடு.
கோபம் வந்தால்–
வெளியேற்று.

அவை அனைத்தும்
உன் தனிமையை
நரம்புகளாலும் உடலாலும்
வெளியேற்றும் அருமருந்து.

இந்த பயிற்சியை
தனிமையில்
மட்டுமே செய்.

பத்து நிமிடம்
உனக்கானது.

இது
கனவுலகம் அல்ல.

இது
காயங்களை
ஆற்றும்
வெற்றிடம்.

அதற்குப் பிறகு
மனம்
சற்று அமைதி பெறும்.

போய்
உன் அன்றாட
வாழ்க்கையோடு
வாழு.

ஒரு காலத்தில்
நீ
மகிழ்ச்சிக்காக
பிச்சை கேட்டாய்.

உன் கணக்கு
காலியாக இருந்தது.

அதனால்
ஒரு தோள்,
ஒரு புன்னகை,
ஒரு அரவணைப்பு,
ஒரு முத்தம்–

என்று பிறரிடம்
நீ உன்னை
நிரப்ப முயன்றாய்.

அவர்கள்
தராதபோது
நீ
ஏழையாக உணர்ந்தாய்.

இப்போது–

உன்னோடு
நீ இருப்பதன் அமைதி
உனக்குள்
ஒரு பெரும் சேமிப்பை
உருவாக்கிவிட்டது.

நீ இப்போது
கையேந்தும்
ஏழையல்ல.

உள்ளுக்குள்
நிறைந்த மனிதன்.

உன் துணை
உன்னைப் பிடித்து
இழுக்கத் தேவையில்லை;

உன்னோடு
இணைந்து நடந்தால்
போதும்.

நீ
உன்னோடு
இருக்கும்போது
உன் பலம் கூடுகிறது.

தனிமை தவறாகுமா?

அந்த பலம்
உன் உறவுகளை
இன்னும்
அழகாக்கும்.

அது சில நேரம்
ஒரு துணிவையும் தரும்:

“நீ என்னோடு
இருக்க விரும்பினால்
வா.”

“இல்லையென்றாலும்
பரவாயில்லை.”

என்று சொல்லும் துணிவு.

ஆனால்– இங்கே
ஒரு குழப்பமும் வரும்.

தெளிவுகொள்
இந்த துணிவு
உறவுகளை
உடைக்க அல்ல.

அழகாக்க மட்டுமே.

பல குடும்பங்களில்
இந்த துணிவு
தவறாகப் புரியப்பட்டு
ஒற்றுமையை
சிதைக்கிறது.

ஏனெனில்–

தனிமையின் ஏக்கம்
உடனே
துணிவாக மாறும் போது
மனிதன்
தன் மேல்
போதையடிக்கத் தொடங்குகிறான்.

அகந்தை போதை.

அதுவும்
போதை தானே?

எனவே,
உறவுகளிடம்
அன்பைப் பகிரும்போது–

அதற்குரிய
எல்லையை வகுக்கும்
அறிவும் தேவை.

எல்லை
கொடுப்பதற்கு மட்டும் அல்ல,
பெறுவதற்கும் தான்.

எல்லையற்ற அன்பு பலவீனம்.
அது பிணைப்பை சுமையாக்கும்.

சுமை ஆத்திரமாகும்.

ஆத்திரம்
உறவை குலைக்கும்.

எல்லைகளோடு கூடிய
அன்புதான் சக்தி.

இதுவே தருணம்–

தனித்திருப்பவன்

தனித்திருப்பவனைப் பற்றிய
ஒரு உண்மை
இங்கே அறியவேண்டும்:

அவன் உள்ளே
ஊற்றெடுக்கும் அன்பு–

அள்ள அள்ள
குறையாத அமுத ஊற்று.

அவன் பிரதிபலனை
எதிர்பார்க்காமல் அன்பை செலுத்துவான்.

எல்லை இல்லையென்றால்,

அதை பலர்
தவறாக பயன்படுத்துவார்கள்–

இது உலக நியதி.

குற்றம் சொல்லி
பயன் இல்லை.

உன்னை
காத்துக்கொள்வதே
உனக்கான அதிகாரம்.

பிறரை
குறைகூறுவது அல்ல.

இதுவே
எல்லையின் இலக்கணம்.

ஒரு நாளில்
ஒரு முறையாவது
நீயே
உன் நண்பனாக
மாறு.

பிறரிடம்
நீ எதிர்பார்ப்பதை
உனக்கு நீ கொடு.

தனியாக
ஒரு தேநீர்.
தனியாக
ஒரு நடை.

தனியாக
ஒரு இடம்.

பயப்படாதே.
தனியாக இருக்கும் போது
நீ உன்னை
தொலைப்பதில்லை.

உன்னை
கண்டுபிடிக்கிறாய்.

ஒரு குறிப்பிட்ட
நேரத்தை
உனக்காக
ஒதுக்கிக் கொள்.

அந்த நேரத்தில்
உலகமே
இடிந்து விழுந்தாலும்–
நீ
உன்னோடு
இருப்பாய்.

இதுதான்
நீ
உலகத்திற்கு
சொல்லும்
மௌனச் செய்தி:

"என் தனித்திருத்தல்
புனிதமானது."

உன் குடும்பத்தாரிடம்
அன்போடு
சொல்லிவிடு:

“இது உனக்கு எதிரானது அல்ல.

இது என்னைப் புதுப்பித்து உனக்கு
இன்னும் சிறந்த என்னை தருவதற்காக.”

அப்பொழுது
அன்பும் குதூகலமும்
மெல்ல எல்லாரிடத்திலும்
ஊற்றெடுக்கத் தொடங்கும்.

தனிமை ஒரு காயம்.
தனித்திருத்தல் ஒரு தவம்.

தனிமையில்
தொலைந்த
உன்னை
தனிமையிலே
கண்டெடுத்து,

புதிய உன்னை
மற்றோருக்கு
கொடுத்த பின்–

இந்தக் குதிரை
இப்போது
அமைதியான
புல்வெளியில்
மேய்கிறது.

தனிமை காயமாக இருந்தால் மனம் ஓடும்.

தனிமை தவமாக மாறினால் வாழ்க்கை மலரும்.

கட்டுப்பாடு இழந்த காயம்

இப்போது
நாம் பார்க்க விரும்புவது
கட்டுப்பாடு குதிரை.

இது வெறும்
வேடிக்கை குதிரை அல்ல–
சிரிப்பின் பின்னால்
ஆபத்தை
மறைத்திருக்கும் குதிரை.

ஏனெனில்–
அதிகாரம் தேடும்
இந்தத் துடிப்பு

பெரும்பாலும்
நிர்வாக
வேட்கையிலிருந்தே
பிறக்கிறது.

நிர்வாகம் என்றால்
அலுவலகம் மட்டும் அல்ல.

வீட்டில்,
வீதியில்,

மேடையில்,
இறையன்பினில்,
கடைகளில்–
எங்கும் பரவி இருக்கும்
இயற்கைக்கே சவால் விடும்
ஒரு **பைத்தியக்காரத்தனம்**.

எல்லாம்
என் விருப்பப்படி
நடக்க வேண்டும்.

எல்லோரும்
என் அளவுகோலின்படி
நடக்க வேண்டும்.

எதுவும்
என் கட்டுப்பாட்டை
மீறக்கூடாது.

இந்த
உள் துடிப்புதான்
கட்டுப்பாடு தேடும்
மனத்தின்
மறைமுக பிரார்த்தனை.

வாழ்க்கையின்
மீதான பயம்
ஏன் உன்னை
கட்டுப்படுத்தத் தோன்றச் செய்கிறது?

ஏனெனில்–

உனது உலகம்
உன் கணக்குப்படி
இயங்கவில்லை
என்ற உண்மையை

ஏற்றுக்கொள்ள
நீ மறுக்கிறாய்.

நடைபெறுவதைக்
காண்பதற்கு பதிலாக
நடைபெற வேண்டியது
என்ன என்று
நீ உத்தரவிடத் தொடங்குகிறாய்.

அங்கேயே
உறவு இறுக்கமாகிறது.
அன்பு நிர்வாகமாகிறது.
பாதுகாப்பு
அதிகார வேடமணிகிறது.

கட்டுப்படுத்த நினைப்பவன்
வலிமையானவன்
போலத் தோன்றலாம்.

ஆனால்–
உண்மையில்–
அவனுக்குள்
நிச்சயமின்மையைத்
தாங்கும் சக்தி
இல்லாமல் போயிருக்கிறது.

அவனுக்கு–
வாழ்க்கையை
வாழ தெரியவில்லை;

அதை வலிந்து
நடத்த வேண்டும் என்று
பிடிவாதம் மட்டுமே
தெரிகிறது.

சற்றே கவனி.

இது உன் உலகமா?

உன் திட்டமா?
உன் அட்டவணையா?

அல்லது–
உன் எண்ணம் மட்டுமா?

மனிதர்கள் கூட
உன் திட்டத்துக்குள்
அசைய வேண்டுமா?

“எல்லாம்
என் பிடிக்குள்
இருந்தால்தான்
நான் நிம்மதியாக
இருக்க முடியும்”

என்ற அந்த உணர்வே
இந்தக் குதிரையின் வேர்.

ஆனால்–
கவனித்துப் பார்.

இந்தக் கட்டுப்பாடு
உன் பலமா?
அல்லது
உன் உள்ளே இருக்கும்
நடுக்கமா?

துல்லியமாக பார்த்தால்
இது
ஒரு பதற்றத்தின்
வெளிப்பாடாகத் தெரியும்.

அதிகாரத்தின்
நிழல் முகங்கள்

இந்தக் குதிரையாக
ஓடும்போது–

நீ
உன்னையே அறியாமல்
சில செயல்களைச் செய்கிறாய்.

பிறரைச் சிரமப்படுத்துகிறாய்.
உறவுகளை
பிடித்து இழுக்கிறாய்.

வெளியில்
உன்னை காப்பாற்ற
மற்றவர்களை
காட்டிக் கொடுக்கிறாய்.

பிறரின் உழைப்பை
உன் பெயரில்
எழுதிக்கொள்கிறாய்.

வீட்டிலும் கூட–
உன் இஷ்டப்படி
உன் கட்டளையை
அனைவரும் பின்பற்ற
வேண்டும்
என்று எதிர்பார்க்கிறாய்.

ஆனால்–
இந்தக் குதிரை
அதிகார ஆசையால்
மட்டும்
ஓடுவதில்லை.

அது ஓடுவது
வாழ்க்கையை நம்பாத
ஒரு பயத்திலிருந்து.

உற்றுப் பார்த்தால்–
உனக்கே
உன் மீது
வெட்கம் வரும்.

எனவேதான்
இது
வேடிக்கையாகத் தோன்றும்
ஆபத்தான குதிரை.

பெற்றோர்

முதலில்
பெற்றோர்களைப்
பார்ப்போம்.

அக்கறை
என்ற பெயரில்
பெற்றோர்
கட்டுப்பாடு குதிரையின் மேல்
ஏறும்போது–

“என் பிள்ளையின் எதிர்காலம்
என் கையில் இருக்கிறது”
என்ற
உன்னத எண்ணமே
மெல்ல
கட்டுப்பாடாக மாறிவிடுகிறது.

அது நம்பிக்கை அல்ல–
அது
ஒரு அதீத பயம்.

"நான் சொன்னபடி கேட்டால்தான்
இவன் உருப்படுவான்"
என்று
பெற்றோர்
வாழ ஆரம்பிக்கிறார்கள்.

அந்த நொடியிலேயே–

பிள்ளைகள்
ஒரு உயிராக இல்லை.

அவர்கள் —
பெற்றோரின்
நிறைவேறாத ஆசைகளை
நிறைவேற்றும்
ஒரு கருவியாக
மாறிவிடுகிறார்கள்.

அவர்கள் செய்யும்
ஒவ்வொரு செயலிலும்
தலையிடுதல்.

அவர்கள் எடுக்கும்
ஒவ்வொரு முடிவையும்
சிறுமைப்படுத்துதல்.

இந்தக் கட்டுப்பாடு
அவர்களுடைய
சுதந்திரத்தை
மெல்ல மெல்ல
சிதைக்கிறது.

சுதந்திரம்
சிதைந்த குழந்தை–
மீண்டும்
நிமிர்ந்து நடக்க

பல ஆண்டுகள்
எடுத்துக்கொள்கிறது.

இது
உண்மையில்
அன்பா?

அல்லது–
பெற்றோராக
நாம் தோற்றுவிடுவோமோ
என்ற பயமா?

ஆனால்–
இங்கே
ஒரு எச்சரிக்கை.

உன் பெற்றோரை
குறைசொல்வது
பயனில்லை.

அவர்களும்
உன்போல்
அறியாமையில்
வாழ்ந்திருக்கலாம்.

ஞான ஒளி
ஏற்றப்படாத இடத்தில்
இந்த நடத்தைகள்
அன்பு என்று
தவறாகவே
நினைக்கப்படும்.

ஆனால்–
ஒருமுறை
ஞான ஒளி
ஏற்றப்பட்ட பிறகும்

இதே கட்டுப்பாடு
தொடர்ந்தால்–

அது
அன்பல்ல.

அது
வன்முறை.

எனவே–
நீ பெற்றோராக இருந்தால்
இந்த ஒளியை
உன்னுள்
ஏற்றிக்கொள்.

இது
உன் பெற்றோருக்கெனில்–
இந்த எண்ணத்தை
அவர்களுக்கு
காட்டிவிடு.

ஏற்றுவதும்
ஏற்றாததும்–
அவர்கள் பொறுப்பு.

அப்போது
ஒரு கேள்வி
இயற்கையாகவே
எழும்.

ஒரு குழந்தையை
எப்படி
நெறிப்படுத்துவது?

ஒரு வயலில்
பாயும்

நீரின் திசையை
மாற்ற
நீரை தண்டிப்பீர்களா?

அல்லது–

அந்த நீர் செல்லும்
பாதையில்
வரப்பு அமைத்து
திசை மாற்றுவீர்களா?

இதில்
தேர்வு
உங்களது.

தேர்ந்த பிறகு–
தேடல் தொடங்கும்.

அது
சாத்தியமே.

ஆன்மிகம்

இங்கே தான்
நாம்
ஆன்மிக கட்டுப்பாட்டை
பார்க்க வேண்டும்.

இங்கே–
இந்தக் குதிரை
மிகவும்
நெகிழ்வானது.

அதனால் தான்
மிகவும்
ஆபத்தானது.

"நான் ஒரு வழியை
கண்டுபிடித்துவிட்டேன்.
நீங்களும்
இதில்தான்
நடக்க வேண்டும்."

என்று
உரக்க கூறும்
பிடிவாதம்–

ஆன்மிகமல்ல.

மற்றவர்களின்
தேடலை
கேலி செய்வது.

தன் பாதைதான்
ஒரே
சரியான பாதை
என்று வாதிடுவது.

இது
முனிவர்களின்
பாதை அல்ல.

இது
சித்தர்களின்
நடை அல்ல.

அவர்கள்
வழியை
காட்டியவர்கள்.

வழியில்
தள்ளியவர்கள் அல்ல.

ஆனால்–
பெருமையை
ஆன்மிக ஆடையாக
அணிந்தவர்கள்
இதைச் செய்வார்கள்.

மற்றவர்களை
தன் கொள்கைக்கு
மாற்றத் துடிப்பது–

இது
கடவுள் பக்தி அல்ல.

இது
இறைவன் பெயரில்
செய்யப்படும்
ஒரு சமூகத் துரோகம்.

ஏன்
இது துரோகம்?

அதை
தோலுரித்துப் பார்த்தால்
அதன் உள்ளே
இருப்பது
ஒரே ஒன்று–

“நான்
உன்னை விட
மேலானவன்.

உன்னை
திருத்தும்
அதிகாரம்
எனக்கு
இருக்கிறது.”

என்ற
அகந்தையின்
உச்சம்.

அகந்தை
இந்த அளவுக்கு
உயரும்போது–

அதைப் பார்த்தால்
சில நேரங்களில்
சிரிப்பே
வருகிறது.

நிர்வாகம்

இப்போது
எளிதாக தெரியக்கூடிய
ஒரு நிர்வாகத்தை
பார்ப்போம்.

இந்தக் குதிரை
நிர்வாகத்தின் மீது
ஏறி
ஓடுகிறது.

ஆனால்–
அது
“திறமை”,
“துல்லியம்”
என்ற பெயரில்
ஓடுகிறது.

“நான் தலையிடவில்லை என்றால்
எதுவும்

சரியாக
நடக்காது.”

இதன்
மறைமுக அர்த்தம்–

அடுத்தவன்
திறமை மீது
எனக்கு
நம்பிக்கை இல்லை.

இந்த எண்ணமே
பிறரை
சிறுமைப்படுத்துகிறது.

இங்கிருந்துதான்
அணுக்க நிர்வாகம்–
நம்பிக்கையில்லா மேலாண்மை–
பிறக்கிறது.

ஊழியர்களின்
ஒவ்வொரு நிமிடத்தையும்
கண்காணித்தல்.

உழைப்பிற்கு
அங்கீகாரம்
தராமல்
வெற்றியை
தன் கணக்கில்
எழுதிக்கொள்வது.

பிழை நடந்தால்
அடுத்தவரை
பலிகடாவாக்குவது.

இது
நிர்வாகம் அல்ல.

இது–

“என் பதவிக்கு
ஆபத்து
வந்துவிடுமோ”

என்ற
மேலாளரின்
பாதுகாப்பற்ற
மனநிலை.

அப்படியென்றால்
இதற்கு
விடை என்ன?

அனைத்தையும்
துறப்பதா?

இல்லை.

கட்டுப்பாட்டை
விடுவதோ
பொறுப்பை
விடுவதோ அல்ல.

ஆனால்–
நம்பிக்கையை
மீண்டும்
கற்றுக்கொள்வது.

மனிதர்களை
நிர்வகிப்பது அல்ல–
அவர்களை
வளரச் செய்வது.

ஒவ்வொன்றையும்
கையில் பிடிக்க
முயற்சிப்பதை
நிறுத்தி
திசை மட்டும்
காட்டுவது.

அதுதான்
உண்மையான
நிர்வாகம்.

அனைத்தையும்
துறக்க வேண்டியதில்லை.

உன்னைச் சிதைக்கும்
கட்டுப்பாட்டு
போதையைத்தான்
துறக்க வேண்டும்.

நெறிமுறை

இப்போது
உனக்குள்
ஒரு கேள்வி
எழலாம்.

“எல்லாவற்றையும்
விட்டுவிடச்
சொல்கிறாயா?”

“முன்னோர்கள் சொன்ன
சாமம், தானம், பேதம், தண்டம்–
என்ற முறையைத்தான்
நான் கையாண்டேன்.

அப்போது
அவர்கள்
தவறாக
சொன்னார்களா?”

“உனது இந்த கூற்றும்
ஆன்மிக கட்டுப்பாடு
போலவே
தோன்றுகிறதே.”

நல்ல
கேள்விகள் தான்.

கேள்விகளுக்கு
நேர்மையான
பதில் உண்டு.

ஏற்கும் மனம்
இருந்தால் போதும்.

இந்த நான்கையும்
தாராளமாக
பயன்படுத்தலாம்.

ஆனால்–

அந்தக் குதிரை
ஓடும் சாலைக்கு
நீதி
தெரிந்திருக்க வேண்டும்.

நீ
கட்டுப்பாட்டு
போதையில்
இருக்கும் போது
இந்த நான்கையும்

எப்படி
பயன்படுத்துகிறாய்
என்று
கவனிக்க வேண்டும்.

சாமம்—
அமைதியாக
எடுத்துச் சொல்லுதல்.

ஆனால்–
உள் மனதில்
“இவன் கேட்டே ஆகவேண்டும்”
என்ற பிடிவாதம்
இருந்தால்–

அந்த
பக்குவப்பேச்சு
ஒரு
நாடகமாக மாறிவிடும்.

தானம்—
“நான் சொல்வதைக் கேட்டால்
இது கிடைக்கும்”
என்று கொடுப்பது.
தவறில்லை.

ஆனால்–
அது லஞ்சமா?

அல்லது
அறம் பழகச் செய்யும்
ஒரு ஊக்கமா?

பேதம்—
பிரிப்பது

என்று பலர்
புரிந்து கொள்கிறார்கள்.

பிரித்தாளுதல்,
குழப்பம் உருவாக்கி
காரியம் சாதித்தல்–

இது ஒரு போதை.

ஆனால்– உண்மையில்
பேதம் என்பது
ஒரு பகுப்பாய்வு.

தண்டம்—
இறுதி கட்டம்.

இங்கேதான்
மிகுந்த எச்சரிக்கை
தேவை.

கட்டுப்பாட்டு வெறியில்
கொடுக்கும் தண்டனை–

குழந்தையை அடிப்பது,

சாதி,
மதம்
என்ற பெயரில்
அடுத்தவனை
சிறுமைப்படுத்துவது,

ஊழியனை
அவமானப்படுத்துவது,

அதிகாரத்தை
பயன்படுத்தி
ஒருவரின்

வாழ்க்கையை
சிதைப்பது–

இவை
தண்டனை அல்ல.

இவை
உன் பலவீனத்தின் வெளிப்பாடு.

அனுபவிப்பவருக்கு
இது
ஒரு
வன்முறை தான்.

தளர்வின் அறிவு

இந்தக் குதிரைக்கு
தனி தனி
பயிற்சி
எதுவும் இல்லை.

ஒரே கருவி.

அது–

தலையிடும் முன்
உன்னை
நீயே
பார்க்கும்
அந்த ஒரு நொடி.

ஒவ்வொரு முறையும்
நீ
தலையிடத்
துடிக்கும்போது–

உன் மார்பை தொட்டு
ஒரே ஒரு கேள்வி கேள்:

“நான் இங்கே சரிசெய்ய வருகிறேனா?

அல்லது–

என் அதிகாரத்தை நிலைநாட்ட வருகிறேனா?”

இந்த கேள்விக்கு
நீ
உனக்கு
நேர்மையாக
இருந்தால்
போதும்.

இங்கும் கூட
நீ
உன்னிடம்
பொய் சொன்னால்–

அந்த பொய்
யாருக்காக என்று
சிந்தித்து பார்.

அந்த
ஒரு நொடியே
இந்தக் குதிரையின்
கடிவாளம்.

உண்மையான
அதிகாரம்

மற்றவர்களை
பணியவைப்பதில்
இல்லை.

உன்
உணர்ச்சிகளை
நீ
ஆளுவதில்தான்.

அநியாயமான
தண்டனை
ஒருவனை
அடிமையாக்கலாம்.

ஆனால்–

அவனை மாற்றாது.

நீதியான
நடத்தையே
மற்றவர்களை
உன் பின்னால்
வரவழைக்கும்.

சாட்டையை
கீழே
போடு.

அடுத்தவரை
திருத்துவதற்குப் பதிலாக–

அவர்களை
அவர்களாக
இருக்க
அனுமதிப்பதே
உயர்ந்த
மேலாண்மை.

பெற்றோர்களே–
இங்கே

நீங்கள்
சிந்திக்க வேண்டியது
ஒன்றே ஒன்று.

உங்கள்
குழந்தைகளுக்கு
நீங்கள்
கொடுக்கப் போவது–

கட்டுப்பாட்டின்
அனுபவமா?

அல்லது
பகுத்தறிந்து
தேர்வு செய்யும்
அனுபவமா?

பதில்
நான்
சொல்லப் போவதில்லை.

உங்களுக்கே
தெரியும்.

ஆன்மிக
அகந்தை
கொண்டவர்களுக்கு
அறிவுரை
தேவையில்லை.

அறிவுரை
தேடுபவர்களுக்கு
தான்.

கட்டுப்பாடு – வாழ்க்கையை நடத்துவதில் இல்லை.

நிச்சயமின்மையைத் தாங்கும் துணிச்சலில் பிறக்கும்.

அர்த்தமின்மை காயம்

இதுவரை பார்த்த
நான்கு குதிரைகளும்
ஏதோ ஒரு
பிடிமானத்தை நோக்கி
ஓடின.

ஆனால்–

இந்த ஐந்தாவது குதிரை
அர்த்தமின்மை
எனும் குழப்பத்தில்
தடம் தெரியாமல்
ஓடுகிறது.

இந்தக் குதிரை
மற்ற அனைத்தையும் விட
மிக நுணுக்கமானது.

ஏனெனில்–

“உயர்ந்த நோக்கம்”,
“வாழ்க்கையின் அர்த்தம்”
என்ற பெயர்களில்
உன்னை

நிகழ்காலத்திலிருந்து
மெல்ல
கடத்திச் சென்று,

ஒரு அழுத்தமான
கற்பனை உலகில்
சிறைபிடிக்கிறது.

மனிதன்
சில நேரங்களில்
ஒரு விசித்திரமான
கேள்வியை
எதிர்கொள்கிறான்.

“இவை எல்லாம் எதற்காக?”

வேலை.
பணம்.
அங்கீகாரம்.
வெற்றி.

இவை எல்லாம்
ஒரு கட்டத்தில்
அர்த்தம்
இழக்கத் தொடங்குகிறது.

அப்போது
மனிதன்
ஒரு வெற்றிடத்தை
உணர்கிறான்.

அது
சோம்பேறித்தனம்
அல்ல.

அது
ஒரு ஆழமான
கேள்வி.

“என் வாழ்க்கைக்கு
என்ன அர்த்தம்?”

இந்தக் கேள்வி
சிலருக்கு
ஒரு விழிப்பை தரும்.

ஆனால்–
பலருக்கு
அது ஒரு காயமாக
மாறுகிறது.

உன் கையில்
பிடிமானம்
இல்லாதபோது–

உன் மனம்
புனைவுகளை உருவாக்கத்
தொடங்குகிறது.

“நான் இவ்வளவு
உழைக்கிறேன்– இறுதியில்
நான்
என்ன பெற்றேன்?”

என்ற
சலிப்பு ஒருபக்கம்.

“எல்லாம் செய்தாலும்
இறுதியில் மண்ணுக்குத்தானே?”

என்ற
விரக்தி மறுபக்கம்.

இந்தக் குதிரை
எங்கே ஓடுகிறது?

நாளை நோக்கி.
அர்த்தம் நோக்கி.
பெருமை நோக்கி.

உன்
நிகழ்காலம்
கசப்பதற்குக் காரணம்–

நீ
நிகழ்காலத்தில் வாழவில்லை.

நீ
உன் மனம் கட்டிய
கற்பனை கோபுரங்களில் வாழ்கிறாய்.

தெரியாத ஒன்றைப்
பற்றிய பயம்
உன்னை அலைக்கழிக்கும்போது–

நீ
உன்னைச் சுற்றி
ஒரு மாயவலையை பின்னுகிறாய்.

ஏன்
இந்தத் தடுமாற்றம்?

ஏன்
இவ்வளவு அழுத்தம்?

ஏனெனில்–

நீ – உன்னையே சில உயர்ந்த
முகமூடிகளுக்குள்
திணிக்க முயல்கிறாய்.

தியாக மாயை —
“நான் மற்றவர்களுக்காகவே வாழ்பவன்”
என்ற பாரம்.

ஒழுக்க மாயை —
“நான் எப்போதும் சரியாகவே இருப்பவன்”
என்ற பிடிவாதம்.

திருத்த மாயை —
“அனைவரையும் நான் திருத்திவிடுவேன்”
என்ற கனவு.

தர்ம மாயை —
“நான் செய்வதுதான் அறம்”
என்ற அகந்தை.

இந்த முகமூடிகள்
உனக்கு நற்பெயரை தரலாம்.

ஆனால்–

உனக்குள் ஒரு தீராத
அழுத்தத்தையும் உண்டாக்குகின்றன.

“நான்
இப்படித்தான் இருக்க வேண்டும்”

என்ற கட்டாயம்
உன்னை மெல்ல சிதைக்கிறது.

ஒரு
முடிவெடுக்கக் கூட
உனக்கு நேரமில்லை.

ஏனெனில்–

நீ முடிவெடுக்கவில்லை.

நீ முகமூடிக்குப்
பொருத்த முயல்கிறாய்.

நீதிமன்றம்

அந்த நொடியிலே–
மனம்
ஒரு நீதிமன்றமாக மாறுகிறது.

நீதிபதி – நீ.
குற்றவாளி – நீ.

“நான் இப்படித்தான்
இருக்க வேண்டும்”
என்ற
முகமூடியால்
நீ உன்னை அளக்கிறாய்.

தீர்ப்பு எளிது: “போதவில்லை.”

இந்த தீர்ப்புதான்
உன் காயமாகிறது.

ஏற்க மனம்
மறுத்தாலும்

மருந்தும் எளிது.

உனக்கு
நீயே
தீர்ப்பளிக்காதே.

இன்று இருக்கும்
உன் தெளிவால்
நேற்று இருந்த
உன்னை அளக்காதே.

அது
நீதியும் அல்ல.
தர்மமும் அல்ல.

இந்தக் குதிரையை அடக்க
கடிவாளம் தேவையில்லை.

அர்த்தம் என்னும் வார்த்தைக்கு
அர்த்தம் புரிந்தால் போதும்.

வாழ்க்கை எங்கே?

அது
எங்கோ தொலைவில் இல்லை.

இன்று–
இந்தக் கணத்தில்.

இந்த வார்த்தைகள்
உன் உள்ளத்தில் உறையும் தருணத்தில்.

நீ குடிக்கும் தேநீரின் சூட்டில்.

நீ பார்க்கும் நீல வானத்தில்.

உன் நாசியில் நுழையும் காற்றில்.

இவைதான் உண்மை.

"எல்லாவற்றையும்
நான் சுமக்க வேண்டும்"

என்று நினைத்தால்–

அது காயம்.

"என்னை இழக்காமல்
எதை சுமக்கலாம்"

என்று தேர்வு செய்வது–
சுகம்.

அது
தெளிவில் மட்டுமே பிறக்கும்.

இங்கே–
கனவு சிறை அல்ல.

அது உன் விளையாட்டு
மைதானம்.

வாழ்க்கைக்கு
ஒரு பெரிய அர்த்தம்
இருக்க வேண்டும்
என்ற கட்டாயத்தை
சற்றே தளர்த்து.

அந்த
தளர்வில்தான்–

அர்த்தமின்மை
என்ற காயம்
தருணத்தின்
தெளிவாக மாறுகிறது.

பிணைப்பை அறிதல்

இந்தக் குதிரைகள்
ஒவ்வொன்றாக
தோன்றினாலும்–

அவை
தனித்தனியாக
இயங்குவது இல்லை.

அவை
அனைத்தும்
உன் வாழ்க்கை
என்னும்
தேரில் கட்டப்பட்டிருக்கின்றன.

ஒரு குதிரை
காயமடைந்தால்–

அதன் இழுப்பு
மற்ற குதிரைகளுக்கும்
பரவத் தொடங்கும்.

சில நேரங்களில்
அவை ஒன்றாக ஓடும்.

சில நேரங்களில்
எதிரெதிர் திசைகளில் இழுக்கும்.

அப்போது
மனத்தில்
போராட்டம் பிறக்கும்.

ஒரு காயம்
மற்றொரு காயத்தை
எழுப்பும்.

ஒரு ஆசை
மற்றொரு ஆசையை
தூண்டும்.

இங்கே மனிதன்
ஒரு சுழற்சிக்குள்
சிக்கிக்கொள்கிறான்.

அதை
உருவாக்குவது
குதிரைகள் அல்ல.

அவற்றை பார்க்கும்
தெளிவு இல்லாமல்
குழப்பத்தில்
அவைகளோடு
ஓடிக்கொண்டிருக்கும்
நாம் தான்.

காயங்களை
பார்த்து
ஆசைகளை
அறிந்த பிறகு–

இந்த
ஐந்து குதிரைகளும்
அமைதியான பிறகு–

சாரதியாக
நீ
நிமிர்ந்து அமர்கிறாய்.

ஞானம் போதுமா?

ஆனால்–

ஒரு
நுணுக்கமான
ஆபத்து
இன்னும்
உன்னைத்
தொடர்கிறது.

நீ
அணிந்திருக்கும்
முகமூடிகள்.

உன்னை
அறியாமலேயே
அவை
உன்னை மீண்டும்
அடிமையாக்குகின்றன.

“நற்குணங்கள்
கூட இப்படி
மாயையாக
மாறுகின்றனவா?”

இந்த கேள்வி
அனைவருக்கும்
பிறப்பதில்லை.

ஏன்?

ஏனெனில்–

இவை
சமூகத்தால்
போற்றப்படுகின்றன.

போற்றி
துதிக்கப்படுவதை
அனுபவிக்கும் –
போதை.

அகந்தைக்கு
உணவாகும்
ஒரு போதை.

உயர்ந்த
வேடங்களின்
பின்னால்
ஒளிந்திருக்கும்
பழைய ஆசைகள்
எவை?

அதைப் பற்றி
நாம்
விரிவாகப்
பார்ப்பதற்கு முன்–

"கடிவாளம்"
என்ற
உவமையை
கொண்டு
பகுத்தறியும்
ஞானத்தை
முதலில்
பார்ப்போம்.

அதற்குப் பிறகு–

மேலும்
பக்குவமடைந்து
நாம்
இந்த முகமூடிகளை
மெல்ல
தளர்த்தலாம்.

அர்த்தம் – நாளையின் தேடலில் இல்லை.

இன்றை முழுமையாக வாழும் தெளிவில் பிறக்கும்.

காயமில்லா வாழ்க்கை இல்லை;

விழுந்து விழுந்து தான்
குழந்தை நடை பழக முடியும்.

தேர்வு பிறந்தது

குதிரைகளின் இரகசியத்தை அறிந்த பிறகு–
ஆசை மாறாது.
மனம் மாறாது.
ஆனால்–
அவற்றுக்கிடையில்
ஒரு தெளிவு பிறக்கிறது.

ஆசை தவறல்ல.
ஆசையில்
எந்தப் பாவமும் இல்லை.

இதை
சஞ்சலமின்றி,
விளக்கமின்றி,
முழுமையாக நம்பிவிடு.

இதற்குப் பிறகு
நீ வேறு எதையும்
நம்ப வேண்டிய அவசியமே இல்லை.

வாழ்க்கை ஆசையை
எதிர்த்து போராடுவதில் இல்லை.
புரிந்துகொள்வதில் தான் நிலைக்கும்.

ஏனெனில்,
ஆசை
உயிரின் இயற்கை சக்தி.

உயிர் தன்னைத் தள்ளிக் கொண்டு
முன்னேறச் செய்யும்
உந்துசக்தி.

அப்படியானால்–
அதே ஆசை
ஒரு மனிதனை
ஏன் ஆட்டிப் படைக்க வேண்டும்?

அது வாழ்க்கை முழுவதும்
ஒரு நற்பண்பாக,
ஒரு சக்தியாக
பயணிக்கக்கூடாதா?

இந்தக் கேள்வி
குழப்பமல்ல.
தயக்கமும் அல்ல.

இது
இந்த பயணத்தில் தோன்றும்
ஒரு இயற்கையான விழிப்பு.

இதற்கான பதில்
எளிமையானது.

ஆனால்–
அதன் ஆழத்தை உணர்ந்தால்
உன் பார்வையே மாறிவிடும்.

அந்த உண்மை என்னவென்றால்–

ஆசை
தானாகவே

ஒரு மனிதனை
அடிமைப்படுத்துவதில்லை.

அது
ஒரு சக்தி மட்டுமே.

ஆனால்–
ஒரு தருணத்தில்
அந்த சக்தி
அடிமைத்தனமாக மாறிவிடுகிறது.

எப்போது?

உன் அடையாளத்தை
அந்த ஆசையோடு
கட்டிவிடும் போது.

அப்போது
ஆசை
ஒரு உந்துதல் அல்ல.
ஒரு ஓட்டம்.

ஆசை
ஒரு அழைப்பு அல்ல.
ஒரு அடிமைத்தனம்.

ஆசை
ஒரு கனவு அல்ல.
ஒரு தீராத மன அழுத்தம்.

மனம்
ஓடிக்கொண்டே இருக்கும்.

ஓடும் மனத்திற்கு
பதற்றம்
இயல்பாகிவிடும்.

ஆறுதல் மொழி

உன் உடல்
இங்கே இருக்கும்.

உன் மனம்
எங்கோ–
கற்பனையில்.

நீ
கடந்த பாதைகளிலும்,
இன்னும் நடக்காத
எதிர்கால பாதைகளிலும்
அலைந்துகொண்டிருப்பாய்.

ஒரு கணமும்
நீ
உன் உடலுக்குள்
இருப்பதில்லை.

இந்த தருணத்தில்தான்
மனிதன்
காயத்தை காணாமல்
ஆறுதலைத் தேடுகிறான்.

தவறொன்றும் இல்லை.

காயங்களுக்கு
ஆறுதல் மொழி
ஆயிரம் உண்டு.

ஆனால்–
அந்த ஆறுதல்
காயத்தை
குணப்படுத்துகிறதா?

சிந்தித்துப் பார்.

மனித வாழ்க்கையில்
பெரும்பாலும்
நாம் செய்யும் பிழை
இதுதான்.

காயத்தை
நேராகப் பார்க்காமல்,
அதன் மீது
ஆறுதல் மொழிகள்
என்ற துணியைப் போர்த்தி
மறைத்துக்கொள்கிறோம்.

ஆறுதல்
உண்மையில்
என்ன செய்கிறது?

வலியை
வார்த்தைகளால் வருடுகிறது.

அது
ஒரு தற்காலிக
அமைதியைத் தருகிறது.

ஆனால்–

காயம்
அப்படியேதான்
இருக்கிறது.

ஆறுதல் எனும் மருந்து
காயத்தின் மேல்தோலை
மட்டும் வருடிவிடுகிறது.

அதன் வேர்
இன்னும் உள்ளே

ரத்தம் கசிந்துகொண்டே
இருக்கிறது.

இந்த மறைந்த காயம்தான்
மனிதனை
மீண்டும் தேடச் செய்கிறது.

அதனால் தான்
மனிதன்
மீண்டும் மீண்டும்
அதே இடத்திற்குத்
திரும்புகிறான்.

அதே
பழைய காயத்தோடு
புதிய ஆசைகளை
துரத்துகிறான்.

புதிய ஆசை.
புதிய முயற்சி.
புதிய நம்பிக்கை.

ஆனால்–

உள்ளே இருக்கும் காயத்தை
பார்க்காத வரை
தேடலின் திசையும்
மாறாது.

நிறைவைத் தேடி

ஆசைக்கு
மனம்
தேடுவது
ஒன்றே ஒன்று.

நிறைவு.

அந்த நிறைவைத்தான்
மனம்
மீண்டும் மீண்டும்
தேடிக்கொண்டிருக்கிறது.

ஆனால்–

மனிதன்
அதை புரிந்துகொள்ளாமல்
நிறைவு பெறுவதற்காக
ஓடிக்கொண்டிருக்கிறான்.

அதுவே குழப்பம்.

ஆசைக்கு
நிறைவு
என்றால் என்ன?

அது
ஒரு பொருள் அல்ல.
ஒரு வெற்றி அல்ல.
ஒரு உறவு அல்ல.

ஆசைக்கு
நிறைவு என்றால் –
மனமும் உடலும்

பாதுகாப்பாக
இருப்பது.

உடல்
பாதுகாப்பை
உணரும்போது –

மனம்
ஓட வேண்டிய

அவசியமே
இல்லை.

அதனால் தான்
முதலில்
உன் நரம்புமண்டலத்திற்கு
பாதுகாப்பை
கற்றுக்கொடுக்க வேண்டும்.

ஆசைக்கு
பெயர் வைத்து.

ஆசையை
பாகுபடுத்திப் பார்த்து.

ஆசை இருக்கலாம்.
பதிலில்லாத கேள்விகள் இருக்கலாம்.
முடிவில்லாத தூரங்கள் இருக்கலாம்.

என்று உடலுக்கு
பாதுகாப்பை கற்பிப்பது.

நான் பாதுகாப்பாக இருக்கிறேன்
என்று
உன் உடல் உணர்ந்தால் –

அது
மனம் சொல்லிக்கொள்ளும்
ஆறுதல் வார்த்தையல்ல.

அது
உடலுக்குள் இறங்கும்
ஒரு நிம்மதி.

உடல்
பாதுகாப்பை உணர்ந்தால் –
மனம் ஓடாது.

மனம்
உடலுக்குள்
திரும்பிவரும்.

யோகம் என்றால்

இந்த திரும்பிவருதலுக்குப்
பெயர்தான் –
ஒன்றுசேருதல்.

இந்த ஒன்றுசேருதல்
ஆசையை அழிக்காது.

ஆனால்–
ஆசையை அமைதியாக
மாற்றும்.

இதுவே யோகம்.

யோகம் என்றால்
ஒன்றுபடுதல்.

இறைவனோடு
ஒன்றுபடுதல்
பின்னால்தான்.

இயற்கையோடு
ஒன்றுபடுதல்
பின்னால்தான்.

இந்த உலகில் பிறந்த
ஒவ்வொரு ஜீவராசிக்கும்
முதல் யோகம் –

உடலும் மனமும்
ஒன்றுபடுவது.

அதைத்தான்
மெல்லியல் யோகம்
என்று அறிந்துகொள்.

பிராணாயாமம்,
ப்ரத்யாஹாரம்,
தியானம்
அட்டமாசித்தி –

அவை
அடுத்த படிகள்.

ஏன் தெரியுமா?

அவை
மனத்தின் சக்தியை
விரிவுபடுத்தும்
பயிற்சிகள்.

ஆனால்–

மனம்
ஓடிக்கொண்டிருக்கும்போது,

ஆசை
இன்னும்
கற்பனையின் ஆகாயத்தில்
பறந்து கொண்டிருக்கும்போது –

அந்த மனத்திற்கு
மேலும் சக்தி கொடுத்தால்
என்ன ஆகும்?

யோசித்துப் பார்.

அது
உன்னை

அமைதிக்குக்
கொண்டு செல்லுமா?

அல்லது –
மேலும்
அல்லற்படுத்துமா??

பகவத்கீதை,
திருமந்திரம்,
பைபிள்,
குரான் –

இவை எல்லாம் திறந்த அறிவு.
முடிவுகளை கொடுக்காது.
ஆழங்களை திறக்கும்.

ஆனால்–
உடல்
பாதுகாப்பில்லாமல்,

மனம்
ஆசைகளில்
தள்ளாடும் நிலையில்
இவற்றைத் தொட்டால் –

அவை
விடுதலையாக மாறாது.

புதிய
ஆசைகளாகவே மாறும்.

இந்த வார்த்தைகளை
ஏற்க மனம் மாறுகிறதா?

அது மனத்தின்
பிடிவாதம் அல்ல

உன் அடையாளத்தின்
பாதுகாப்பு முயற்சி.

இத்தனை காலங்கள்
நான் வாழ்ந்த வாழ்க்கை
பொய்யா
என்ற அச்சம்.

இதுவும் மாயையே.

இதோ
நேரில் நீயா
பார்க்கிறாய்.

மனதிற்குள் ஊடுருவிய
மாய வளையங்களை.

ஒரு ஆசை
முடியாமல் இருக்கும்.

அதன் மீது
ஒரு புதிய ஆசை
பிறக்கும்.

ஒரு கேள்வி
முடியாமல் இருக்கும்.

அதன் மீது
மற்றொரு கேள்வி
பிறக்கும்.

அமைதியில்லாத
மனதில்,
எவ்வளவு உயர்ந்த
உண்மை
இருந்தாலும் –

அது வசப்படாது.

எவ்வளவு உயர்ந்த
உன்னதமான
இலக்காக இருந்தாலும் –

அதை
அடைய விருப்பம்
எழும் போது

முதலில்
“இதுவும் ஆசை”
என்று உணர்.

என்ன ஆசை?
எந்த பரிமாணம்?

என்று
தரம்பிரித்துப் பார்.

அதை
உன் உடலுக்குள்
ஒட்டவிடாமல்,

உன் உடலை
பாதுகாப்பாக
வைத்துக் கொண்டால் –

ஆசை
உன்னைத்
துரத்தாது.

அது
ஒரு தகவலாக
மட்டுமே
இருக்கும்.

இதுவே
இந்த வாழ்வின்
மிகப்பெரிய
உண்மை.

சாரதியின் வேலை

இந்த இடத்தில்
அடையாளம்
சற்று கரையும்.

ஆழம்
இயல்பாக
திறக்கும்.

எனவே தான் –நாம்
ஆசையை
பாவம் என்று சொல்லி
சிறைபடுத்தவும் இல்லை.

ஆசையை
தெய்வம் என்று சொல்லி
வணங்கவும் இல்லை.

ஆசையை
பாகுபடுத்திப்
பார்த்தோம்.

துளிர்க்கும்
ஒவ்வொரு ஆசையும்
ஒரு குதிரை
என்றால்.

ஆசை
ஆயிரக்கணக்கான
குதிரைகள்

ஒன்று சேரும்
ஒரு பெரும் மேடை.

அங்கே–
ஒரு கடிவாளம்
போதுமா?

போதாது.

அத்தனை குதிரைகளுக்கும்
ஒரே கடிவாளம்
போட முயன்றால் –

சாரதியின் கதி
அதோகதிதான்.

சற்றே
சிந்தித்துப் பார்.

ஆயிரம் குதிரைகள்
ஒரே நேரத்தில்
ஒரு வண்டியில் பூட்டி
எதிரெதிர்
திசைகளில்
ஓடவிட்டால் –

என்ன ஆகும்?

வண்டி சிதறும்.

மனித வாழ்க்கையில்
பல நேரங்களில்
அதைத்தான்
நாம்
செய்துகொண்டிருக்கிறோம்.

ஆயிரக்கணக்காக எழும்
அனைத்து ஆசைகளையும்
பூட்டி அடக்க வேண்டும்
என்ற அவசியமில்லை.

அது
இயற்கைக்கும்
எதிரானது.

அது
மனிதனின் திறனுக்கும்
எதிரானது.

தேவையானது
ஒன்று –

தரம்
பார்க்கத் தெரிதல்.

இந்த ஆயிரம் ஆசைகளில் –

எது முக்கியம்?

எது அவசியமற்றது?

எந்த ஆசையை
எடுத்தால்
என் வாழ்க்கை
உயரும்?

எந்த ஆசையை
எடுத்தால்
என் சுயமதிப்பு
மேலோங்கும்?

எந்த ஆசை
என் சுயகம்பீரத்தை

உள்ளுக்குள்ளேயே
உயர்த்தும்?

அதேபோல –

எந்த ஆசையை
விட்டுவிட்டால்
என் வாழ்க்கை
சரியாது போகாது?

எந்த ஆசையை
விட்டுவிட்டால்
நான்
என் சுயக்கண்ணியத்தை
இழக்கமாட்டேன்?

எந்த ஆசையை
கைவிட்டாலும்
என் சுயமரியாதை
குறைவதில்லை?

உற்று பார் –

இந்த கேள்விகளுக்குள் கூட
ஒரு ஆசை
மறைந்திருக்கலாம்.

அதைக் காண்கிறாயா?

ஆனாலும்
இதுதான்
சாரதியின் வேலை.

அனைத்து குதிரைகளையும்
கட்டிப்போடுவது
அல்ல.

எந்த குதிரையை
கடிவாளத்தில்
எடுக்க வேண்டும்,

எந்த குதிரையை
அதன் போக்கில்
ஓட விட வேண்டும்

என்று
தெளிவாக
அறிதல்.

அந்தத் தெளிவு
வரும் இடத்தில்தான் –

ஆசைக்கு
தேர்வு
பிறக்கிறது.

அந்தத் தேர்வே
மனிதனை
சிதறாமல்
காக்கும்.

அந்தத் தேர்வே
அவனை
மாயையிலிருந்து
விடுவிக்கும்.

ஆசையின் தேர்வு –

ஒரு செயல் அல்ல.
ஒரு பழக்கம்.
ஒரு வாழ்வியல்.

அதை கையாளும் தெளிவே – ஞானம்.

அந்த ஞானமே – விடுதலை.

தேர்வும் செயல்பாடும்

கடிவாளத்தின் ஞானம்

ஆசையை
அழிக்க வேண்டாம்.

ஆசையை
பின்தொடரவும் வேண்டாம்.

ஆசையை
கொன்று எரிக்கவும் வேண்டாம்.
ஆசையை
தெய்வமாக்கி வணங்கவும் வேண்டாம்.

முதலில்
ஒன்றைச் செய்—

ஆசையைப் பாகுபடுத்து.

எந்த ஆசை
உன்னை இழுத்துச் செல்கிறது?
எந்த ஆசை

உன் வண்டியை
முன்னே நகர்த்துகிறது?

எந்த குதிரை
உன்னை சோர வைக்கிறது?
எந்த குதிரை
உன்னை உயர்த்துகிறது?

அதைப் பார்க்கும்
அந்தத் தெளிவில்தான்
கடிவாளத்தின் அர்த்தம்
பிறக்கிறது.

சாரதிக்குத் தெரியும்–
கடிவாளத்தை
மிக இறுக்கமாகப் பிடித்தால்
குதிரை மிரளும்,
மிகத் தளர்வாக விட்டால்
குதிரை தன்
இஷ்டப்படி ஓடும்.

அதுபோல
ஞானம் என்பது
ஆசையை இறுக்கிப் பிடிப்பதும் அல்ல,
ஆசையிடம் நம்மை இழப்பதும் அல்ல.
அது ஒரு
'விழிப்புணர்வுள்ள இடைவெளி'.

நீ
"இந்த ஆசை எழுகிறது"
என்று கவனிக்கும்
அந்த இடைவெளியில் தான்
உன் மனத்தின்
கடிவாளம் பிறக்கிறது.

தவிப்பிற்கும் தளர்விற்கும் நடுவில்
ஒரு மெல்லிய இடைவெளி இருக்கிறது.
அந்த இடைவெளிதான்
தேர்வுக்கான கணம்.

கடிவாளம்
ஆசையை
அடக்குவதற்கான
ஒரு கருவி அல்ல.

கடிவாளம்
உன்னை
ஆசையால் இழுக்கப்படாமல்
நடத்துவதற்கான
ஒரு ஞானம்.

அதைப் புரிந்துகொண்ட
நொடியில்–
இருந்துதான்
முழு வாழ்க்கைக்கானத்
தேர்வு
துவங்குகிறது.

தேர்வை அறியும் முன்
தெளிவும் அவசியமாகிறது.

போலித்துறவும் புரியாபுதிரும்

ஆசையை
ஒரு மரமென்று
சித்தரித்தால்–

ஒவ்வொரு ஆசையும்
ஒரு கிளை.

ஒரு கிளையை
வெட்டி அகற்றினால்,
மரம்
அமைதியாக
நிற்காது.

வெட்டிய இடத்தைச் சுற்றி
புதிய துளிர்கள்
முளைக்கும்.

அது
இயற்கையின்
இயல்பு.

அதேபோல்–
ஒரு ஆசையை
ஒழித்ததாக
நினைக்கும்
அந்த நொடியில்தான்–
அதிலிருந்து
பல ஆசைகள்
பிறக்கும்.

அப்படியென்றால்
“ஆசையை நிறைவேற்றிவிட்டால்?”
என்று
பிறக்கும் கேள்வியும்
இயற்கையே.

அந்த கிளையிலிருந்து
பல துளிர்கள் எழுந்து
அதில் சில கிளைகளாக
பரிணாம வளர்ச்சி அடையும்.

பதஞ்சலி
இதைத்தான்
சித்த-விருத்தி
என்று சொன்னார்.

ஆனால்–
இன்னும்
ஒரு தவறு
அதைவிட
ஆபத்தானது.

மரம் முழுவதையும்
வேர் உட்பட
எரித்துவிடலாம்
என்று
நினைத்தால்–

அங்கே
ஆசையில்லா
வாழ்க்கை
பிறக்காது.

அங்கே
எஞ்சுவது
வெறும்
பிணம்.

உயிரற்ற
ஒரு உடல்.
இயக்கம் இல்லாத
ஒரு வாழ்க்கை.

ஆசையில்லாத மனிதன்
சுத்தமானவன் அல்ல.

அவன்
உயிரற்றவன்.

ஆகவே–
ஆசையை
வெட்டாதே.
ஆசையை
எரிக்காதே.

ஆசையைப் புரிந்துகொள்.

துறவுபூண்ட பட்டினத்தடிகள்
பொறுப்புடன் கூறிய
வாக்கும்*
இதுவே.

ஆசையை
ஒரு திரைப்படம் போல்
ஒரு நாடகம் போல்
ரசித்துப் பார்.

அதற்கு
கொடுக்க வேண்டிய
முக்கியத்துவமும்
அவ்வளவுதான்.

எந்த கிளை
உனக்கு
நிலை தருகிறதோ–
எந்த கிளை
உனக்கு
சுமையாவாதோ –
எந்த கிளை
காற்றில் அசைந்து

உனக்கு
வழி காட்டுகிறதோ–

அதை அறிவதே
ஞானம்.

மரத்தை வளர விடு.

ஆனால்–
அதன் வடிவத்தை
அறிந்து வாழ்.

அப்பொழுதுதான்–
ஆசை உன்னை
ஆளாது.

நீ
ஆசையுடன்
வாழ்வாய்.

சாரதியும் சாட்சியும்

அப்படியானால்
சாரதியின் வேலை
என்ன?

அனைத்து குதிரைகளையும்
அடக்குவது அல்ல.

அவை எங்கு ஓடுகின்றன
என்று கவனிப்பது.

அவை எதை நோக்கி
இழுக்கின்றன
என்று புரிந்துகொள்வது.

ஆசையை அனுமதிப்பது,
ஆசைக்குள் முழுகுவது
ஒரே விஷயம் அல்ல.

ஆசை வரும்போது
உடலில் ஒரு இறுக்கம் எழும்.

அந்த தருணத்தில்

மனத்தில் ஒரு கற்பனை
உருவாகும்.

இதனை நீ கவனிக்கலாம்.
கவனிக்க மட்டும்.

“இது ஒரு ஆசை”
என்று பெயரிடலாம்.

அந்த பெயரிடுதல்
ஆசைக்கான அனுமதி அல்ல.
அது உணர்ச்சியின் உண்மையை
ஏற்கும் அனுமதி.

“இந்த உணர்ச்சி
இப்போது
என் உள்ளே எழுகிறது.”

அவ்வளவு தான்.

நீ பார்க்கும் வரை –
நீ சாட்சி.

கவனி –

இங்கு தான்
நுணுக்கமும் தேவை
உன் நுட்பமும் தேவை –

நீ
அதற்குள்
கரையத் தொடங்கும் நொடியில் –

நீ
கதையின் நாயகன் ஆகிறாய்.

கற்பனை உன்னை மையமாக்குகிறது.
அகந்தை அதில் ஆகாரம் பெறுகிறது.

அங்கே
சாட்சி கரைகிறது.

நுட்பம் என்ன?

ஆசையின் உணர்ச்சியை கண்டு,
அதற்கு பெயர் வைத்து,
அதற்குள் கரையாமல் நிற்பது.

இங்கே
ஒரு இயற்கையான
கேள்வி எழுகிறது–

“ஆசை ஒரு உணர்ச்சி
என்று சொல்கிறோம்.
அந்த உணர்ச்சிக்குள்
முழுகாதே
என்று சொல்வதும்

ஒரு வகை
கட்டுப்பாடுதானே?"

இப்போதுதான்
நுணுக்கம் தேவை.
சிந்தித்து பார்.

இது கட்டுப்பாடு இல்லை.

கட்டுப்பாடு என்றால்–
நிகழும் நிகழ்வை
பிடித்து
மாற்ற முயற்சிப்பது.

நீ
உணர்ச்சியை தடுக்கவில்லை.
அதை அழிக்கவில்லை.
அதை திருப்பவில்லை.

நீ
அதற்குள் நுழையாமல்
வெளியே நிற்கிறாய்.

இது
ஒரு செயலை
செய்யாமல் இருப்பதற்கான
தெளிவான தேர்வு.

அந்த இடத்தில்தான்
விருப்பம் பிறக்கிறது.

ஆசையை
ஒரு திசை நோக்கி

தேர்ந்தெடுக்கும் மனநிலை –
அதுதான் விருப்பம்.

ஆனால்–
விருப்பத்தில்
அகந்தை கலந்திருக்கலாம்.

அதே விருப்பம்
சாட்சி நிலையிலிருந்து
வடிகட்டிகளை
கடந்த பிறகு பிறந்தால் –

அது
சங்கல்பமாக மாறுகிறது.

சங்கல்பம்
ஒரு உறுதி.
மனமும் உடலும்
ஒன்றுபட்ட நிலையில்
பிறப்பது.

அது
ஆழ்மனத்தின்
ஒப்புதல்.

“இந்தத் திசையில்
என் உயிர்சக்தி
இயங்கட்டும்”
என்று
பிரபஞ்ச ஓட்டத்தோடு
இணையும்
ஒரு வேகம்.

அங்கே அவசரம் இல்லை.
ஆனால்– நிச்சயம் உண்டு.

நதியின் வெள்ளம்

ஆசையை
ஒரு நதியாக கொள்.

அது இயற்கையாக
ஓடிக்கொண்டே இருக்கும்.
அதன் இயல்பே ஓட்டம்.

முதலில்
நதி மெதுவாக ஓடும்.

நீ ஒரு படகில்
ஏறுகிறாய்.

அது
உன் தேர்வு.

நீ
துடுப்புப் போடுகிறாய்.

“நான்
படகை செலுத்துகிறேன்”
என்று நினைக்கிறாய்.

இங்கே ஆசை
விருப்பமாக மாறுகிறது.

நதியின் வேகம்
சற்று அதிகரிக்கிறது.

உன் துடுப்பு
அதற்கும் மேலாக இயங்குகிறது.

இரண்டும் சேர்ந்து
ஒரு திரல்.

படகு வேகமாகச் செல்கிறது.

உனக்கும் அது
பிடிக்கிறது.

ஆனால்–

நதியின் வேகம்
மேலும் அதிகரிக்கிறது.

இப்போது ஆசை
ஆசை அல்ல.

அது மாயையாக உருமாறுகிறது.
"நான் துடுப்புப் போடுகிறேன்"
என்று நினைக்கிறாய்.

ஆனால்–

நதியே உன்னை
இழுத்துச் செல்கிறது.

இந்த வேகத்தில்
நீ
ஒரு புதிய நம்பிக்கையை
உருவாக்குகிறாய்–

“இதுதான் என் உலகம்.

படகே என் வாழ்க்கை.
நதியின் ஓட்டமே என் விதி."

இதுதான்
மாயையில் சிக்கிய மனிதன்.

அவன் தேர்வு செய்தான்–
பகுத்தறிவால் அல்ல.

ஒரு உணர்ச்சியை
அனுபவிக்க வேண்டும் என்ற
தவிப்பால்.

அந்த நொடியில்
அவன் ஆசைக்கு தன்னை
அர்ப்பணித்தான்.

தெளிவு கொள்—
விருப்பமும் ஒரு தேர்வு தான்.
ஆனால்–
நதியின் இயல்பை புரியாமல்
எடுக்கப்படும் தேர்வு.

நதி
எங்கே வேகம் கூடுகிறது,
எங்கே திரும்ப முடியாது–
இதை அறியாமல்
நீ படகில் ஏறினால்,

படகு உன்னை
எடுத்துச் செல்லும்.
நீ செலுத்தவில்லை.
நீ செலுத்தப்படுகிறாய்.

அதனால்தான்
சாட்சியாக நில் என்றோம்.

சாட்சி என்பது
தயக்கம் அல்ல.
தப்பித்தல் அல்ல.

அது ஆராயும் அமைதி.

நீ
நதியை பார்க்கிறாய்.
அதன் ஓட்டத்தை கவனிக்கிறாய்.

எங்கே ஏற வேண்டும்,
எங்கே நிறுத்த வேண்டும்,
எவ்வளவு தூரம் செல்ல வேண்டும்–
என்று சோதித்து
தெளிவுகொண்ட பிறகு
நீ ஏறினால்–

அந்த தேர்வு
அவசரம் அல்ல.

அது துல்லியமான தேர்வு.

அந்த தேர்வு
உன்னை இழுக்காது.

அது உன்னை
உணர்வோடு நகர்த்தும்.

இதுதான்
ஆசைக்கு தரப்படும் மரியாதை.

அதே மரியாதை தான்
சங்கல்பத்திற்கும்,
உனக்கும்.

மனித மனம்

இங்கே மனிதன் செய்யும் பிழை என்ன?

ஒரு ஆசையைத் தேர்ந்தெடுக்கிறான்.
ஆனால்– அதை
எதுவரை வாழவிட வேண்டும்
என்று அறியாமல்–

“இன்னும் கொஞ்சம்...
இன்னும் கொஞ்சம்...
இன்னும் கொஞ்சம்...”

என்று
அதைத் தள்ளிக் கொண்டே போகிறான்.

நதி
ஏரியாக மாறும் வரை
காத்திருக்கிறான்.

அந்த இடத்தில்தான்–
ஆசை
ஆசை அல்ல.
அது
பழக்கமாகிறது.

அந்த இடத்தில்–
நதி ஓட்டமல்ல.
அது ஒரு சுழல்.

அந்த இடத்தில்–
அவன்
ஆசையைத் தேர்ந்தெடுத்தவன் அல்ல;
ஆசையில் சிக்கியவன்.

ஆசையைத் தடுப்பவன்
அதை அவமதிக்கிறான்.

ஆசையிடம் அடிமையாவான்
தன்னை அவமதிக்கிறான்.

சாட்சியாக நின்று
அதைத் தேர்ந்தெடுப்பவன்–
தன்னையும்
அந்த ஆசையையும்
கௌரவிக்கிறான்.

நினைவில் கொள்–
உன் நரம்புமண்டலம் கேட்பது என்ன?
அது **அவமானத்தில்** நிலைக்குமா?
அல்லது **கௌரவத்தில்** நிற்குமா?

அந்த கௌரவத்தை அடைய
முதலில் பார்க்க வேண்டியது –

ஆசையை அடக்குவதற்காக அல்ல.
ஆசையை அவமதிப்பதற்காக அல்ல.
ஆசையை அதன் எல்லைவரை
மரியாதையுடன் வாழவிடுவதற்காக.

ஒரு ஆசை வந்தவுடன்
அதை “சரி / தவறு” என்று
உடனே தீர்ப்பளிக்காதே.

முதலில் –

மூன்று வடிகட்டிகள்

உயர்வு / சுருக்கம்

இந்த ஆசை
என்னை உயர்த்துகிறதா?
அல்லது சுருக்குகிறதா?

உயர்வு என்றால் –
புகழ் அல்ல.
பணம் அல்ல.
அதிகாரம் அல்ல.

உயர்வு என்றால்:
சுயத்தில் –
உனது உள்ளுக்குள்
பொறுப்பு பெருகுகிறதா?
பார்வை தெளிவாகிறதா?
நடையில் நேர்மை கூடுகிறதா?

இது உன்னை
நிதானமாக்குகிறதா–
அல்லது
ஒட்டிக்கொள்ளச் செய்கிறதா?

உயர்வு என்பது
விரிவாகும் உணர்வு.
சுருக்கம் என்பது
உட்சுருங்கும் உணர்வு.

இல்லாமையிலும் நிற்கும் சக்தி

இந்த ஆசை
நிறைவேறாவிட்டாலும்
நான் நிலைநிற்பேனா?

அல்லது
அது இல்லாமல்
நான் உடைந்து போவேனா?

ஆசை உன்னுடன் நடக்கலாம்.
ஆனால்–
உன்னை நடத்தக் கூடாது.

இல்லாமையிலும்
நீ நிற்க முடிந்தால் –
அது உன் சக்தி.

இல்லாமையில்
நீ சிதறினால் –
அது உன் சங்கிலி.

இல்லாமையில்
உன் நிலை குலைந்தால் –
அது பாசம் அல்ல;
அது பிடிப்பு.

காலச் சோதனை

இது
இந்தக் கணத்தின் அலைதானா?
அல்லது
காலத்தை கடக்கும் திசையா?

கணத்தின் அலையாக

வரும் ஆசை
பெரும்பாலும்
பயம்,
இழப்பு,
ஒப்பீடு,
காயம்,
திடீர் தூண்டல்
போன்ற
உணர்ச்சியலைகளில்
பிறக்கும்.

அதனால்
அது கத்தும்–

“இப்போதே செய்து தீரவேண்டும்..”
“இது போனால் எல்லாம் போய்விடும்.”
“இன்னொரு தருணம் வராது.”

அது
ஆசையின் வலிமை அல்ல.
நரம்பு மண்டலத்தின் பதற்றம்.

காலத்தை கடக்கும் ஆசை

அப்படி கத்தாது.

அது
பல முறை எழுந்தும்
அழிந்தும்
திரும்ப வந்தது.

அனுபவத்தின் வழியாக
நரம்பு மண்டலத்தில்
பாதுகாப்பை
உருவாக்கியுள்ளது.

அதனால்
அது
அமைதியாக நிற்கும்.

இதுதான்
தேர்வின் இரகசியம்.

குதிரைகளை
அடக்குவது அல்ல.

எந்த குதிரைக்கு
கடிவாளம்
கொடுக்க வேண்டும்
என்று அறிதல்.

ஒரு ஆசையைத்
தேர்ந்தெடுப்பது மட்டும்
போதாது.
அது
எவ்வளவு தூரம்
வாழ வேண்டும்
என்பதையும்
அறிய வேண்டும்.

அதுதான் – எல்லை.

திறனை மீறும் விரிவாக்கம்
சோர்வை தரும்.

மதிப்பை மீறும் விரிவாக்கம்
மனக்கசப்பை தரும்.

உடல் அமைதியை மீறும் விரிவாக்கம்
பதற்றத்தை தரும்.

ஆசை
இவையனைத்தையும் வளர்க்கலாம்.
திறனை வளர்க்கலாம்
மதிப்பை பெருக்கலாம்
சகிப்புத்தன்மை உருவாக்கலாம்

எல்லை என்பது
நிரந்தர சுவர் அல்ல.
விரிவாக்கத்திற்கு வடிவம்.
எல்லை தெரிந்த பிறகே
செயல் தெளிவாகும்.

செயல்படுத்துதல்

செயல் தொடங்குவதற்கு முன்
மூன்று கேள்விகள்:

இது யாருடைய விருப்பம்?
உள்மனத்தின் தேவையா –
அல்லது ஒப்பீட்டின் அழுத்தமா?

இதன் முடிவு என்ன?
இது என்னை சுதந்திரமாக்குமா –
அல்லது அதற்கே அடிமையாக்குமா?

இது கருவியா – இலக்கா?
கருவி இலக்காக மாறினால் –
அது நிழல் விருப்பம்.

இதை கடந்த பின்பு தான் –
விருப்பம் செயலாக மாறுகிறது.

ஆசை என்றால் –
“அடைந்தே தீர வேண்டும்” என்ற தவிப்பு.

விருப்பம் என்றால் –
“தேர்ந்தெடுத்து நடப்பேன்” என்ற நிதானம்.

சங்கல்பம் என்றால் –
“இந்தத் திசையில் என் உயிர் நகரட்டும்”
என்ற உள் ஒப்புதல்.

இனி ஆசையில்
குழப்பம் இல்லையே?

இப்போது சொல்,
கடிவாளம்
தண்டனையா?
ஞானமா?

பாதுகாப்பு காயம்– செயல்படுத்தல்

இந்த குதிரை
“பாதுகாப்பு”
என்று பேசும் போது –
நான் உடனே ஏறவில்லை.

நான்
மூன்று கேள்விகளை
அமைதியாக
நிறுத்திப் பார்க்கிறேன்.

பணம் என்ற பெயரில்
நான்

ஒரு சிறிய பெட்டிக்குள்
சுருங்குகிறேனா?

அல்லது
அதே பாதுகாப்பு
என் உலகத்தை
பெரிதாக்கும்
கருவியா?

இது இல்லையென்றால்
நான் உடைந்து போவேன்
என்ற பயமா பேசுகிறது?

அல்லது
அனுபவத்தின் மேல் நிற்கும்
சக்தியா?

இது
பயத்தால்
அவசரப்படுத்துகிறதா?

அல்லது
காலத்தை கடந்து
அமைதியாக நிற்கும்
திசையா?

இந்த மூன்றிலும் –
எது என்னை நடத்துகிறது
என்று
தெளிவாக தெரியும் தருணத்தில் –

நான்
அந்த குதிரையில்
ஏறுகிறேன்.

ஆனால்–
எல்லைக்கோடு தெரிந்தே.

அங்கே –

ஆசை விருப்பமாக மாறுகிறது.
விருப்பம் செயலாக நடக்கிறது.
சங்கல்பம் திசையாக நிற்கிறது.

கவனித்தாயா?

இந்தப் படிநிலைகள்
சரி-தவறு சொல்ல வரவில்லை.

எது என்னை நடத்துகிறது
என்பதை காட்ட வருகிறவை.

இவை
உன்னைத் தண்டிக்காது.
உன்னை தெளிவாக்கும்.

ஏனெனில் –
இன்று நீ பயத்தால் ஓடலாம்.
நாளை நீ பொறுப்பால் ஓடலாம்.
நாம் செய்வது ஒன்றே –

அந்த சங்கல்ப சக்திக்கு
திசை காட்டுவது.

நீ இன்று எதில் இருக்கிறாய்
என்பது தவறல்ல.

தெளிவு இல்லாமல் ஏறும்போது தான்
வழி தவறுகிறது.

கடிவாளமும்
உன் கையில் உள்ளது.

ஞாபகம் வைத்துக்கொள்:
வாழ்க்கை என்பது
ஒரு நாளில்
திடீரென மாறுவது அல்ல.
அது
நீ எடுக்கும்
ஒவ்வொரு
சிறிய தேர்விலும்
ஒளிந்திருக்கிறது.

ஆனால்–
ஒரு தேர்வு
செய்த பிறகு
மற்றொரு சங்கிலி
மெதுவாக பிறக்கிறது.
அதற்குப் பெயர்
எதிர்பார்ப்பு.

ஆசை உன்னை நடத்தும் நிலை –
மாயை.

நீ ஆசையை நடத்தும் நிலை –
தெளிவு.

பட்டினத்தடிகளின் திருவேகம்பமாலையின் பாடல்

அறந்தா னியற்று மவனிலுங்கோடி யதிகமில்லந் துறந்தான்,
அவனின சதகோடி யுள்ளத்துறவுடையோன்;
மறந்தா னறக்காற் றறிவோடிருந்திரு வாதனையற்று
இறந்தான் பெருமையையென் சொல்லுவேன்?
கச்சியேகம்பனே!

துறவு பூண்ட பட்டினத்தடிகள், ஆசையை வெறும் வெற்றுச் சொல்லாகப் பார்க்கவில்லை. அவர் ஆசையின் படிநிலைகளை பிரிக்கிறார்:

அறம் செய்பவனை விட, வீட்டைத் துறந்தவன் உயர்ந்தவன். அவனை விட, மனதிற்குள் பக்குவம் அடைந்தவன் கோடி மடங்கு உயர்ந்தவன். ஆனால்– , எல்லாவற்றையும் விடப் பெரியவன் யார் தெரியுமா? "திரு வாதனையற்று இறந்தான்"

இங்கே 'இறந்தான்' என்பது உடலால் மறைவதல்ல; தன் பழைய அகந்தைச் சிதைந்து, ஆசையின் 'வாதனை'யிலிருந்து விடுபட்டவன்.

வாதனை என்றால் என்ன? குதிரை ஓடி முடித்த பிறகும், அதன் தடம் தரையில் பதிந்திருக்குமே, அதுதான் வாதனை. ஆசையை நீ வெட்டி எறிந்தாலும், அதன் தடம் உன் ஆழ்மனதில் கசப்பாகவோ அல்லது ஏக்கமாவோ இருக்கும்.

கடிவாளத்தின் ஞானம் என்பது அந்த வாதனையை கவனிப்பது.

இது நடைமுறையில் மனிதர் பழகும் ஆன்மிகம் அல்ல, ஆன்ம + இகம், அதாவது இவ்வுலகிலேயே ஆன்மாவிற்கு சுகம் தருவது.

காயத்தைக் காணும் துணிவு பிறந்த பிறகு,
தேர்வும் அதைச் செயல்படுத்தும் துணிவும் பிறக்கும்.

அதுவே அடையாளத்தைக் கலங்கச் செய்யும்.

எதிர்பார்ப்பின் சங்கிலி

இதுவரை
நாம் ஆசையைப்
பற்றி பேசினோம்.
காயங்களைப்
பற்றி பார்த்தோம்.

இப்போது
நாம் தொடப்போகிறது –
உன் அடையாளத்தை.

அடையாளம் அசைந்தால்
மனம் பயம் கொள்ளும்.

பயம் வந்தால்
ஓட வேண்டும் என்று தோன்றும்.

அந்த நொடியில்
ஓடாதே.

அதை
அத்தியாயம் மூன்றில் சொன்ன
பதற்றம் என்று அறிந்துகொள்.

ஒரு மெதுவான மூச்சு.
உடலை கவனி.
உன் கால்கள்
தரையைத் தொடும்
உணர்வை உணர்.

உலகத்தோடு
தொடர்பை மீண்டும் உணர்.

நரம்புமண்டலம் அமைதியானால்
மனம் மெதுவாக மடங்கும்.

பாதுகாப்பு
வெளியில் இருந்து வராது.

உன் நரம்பு மண்டலத்தின்
சமநிலையிலிருந்து வரும்.

இந்தப் போராட்டம்
வெளியில் யாரோடும் அல்ல.

உன் அகந்தையோடு.

அதைச் சந்திக்கத் துணிந்தால்
உனக்குள்
ஒரு புதிய மனிதன் பிறக்கலாம்.

எதிர்பார்ப்பின் சங்கிலி

சாட்சியாக இருந்து
நீ தேர்வு செய்தாய்.

ஆனால்–
தேர்வு செய்த பின்பே
புதிய சத்தங்கள் ஆரம்பிக்கும்.

“நான் சரியாகத் தேர்ந்தெடுத்தேனா?”
“இது தவறாகப் போனால்?”

“என் வாழ்க்கை பின்னடைந்துவிடுமா?”
“மற்றவர்கள் என்ன நினைப்பார்கள்?”

அங்கேதான்
ஒரு புதிய சங்கிலி பிறக்கிறது.

எதிர்பார்ப்பின் சங்கிலி.

தேர்வு செய்வது
ஒரு மலையைத் தூக்குவது போல.

ஆனால்–
அதைச் சுமந்து நடப்பது –
அதுவே உண்மையான சிரமம்.

மனம்
ஒரு பழக்கத்தை கைவிடாது.

அது
எதிர்பார்ப்பைப் பிடித்துக்கொண்டு
வாழ விரும்புகிறது.

இந்த சங்கிலி
இரண்டு வடிவங்களில் வரும்:

1. நீ உனக்கே போட்டுக்கொள்ளும் சங்கிலி
2. பிறர் உன் மீது போடும் சங்கிலி

உள்-சங்கிலிகள்

தேர்வின் விடையை
காலம் தரும்.

ஆனால்–
மனம் காத்திருக்காது.

“சரியாக இருக்க வேண்டும்”
என்ற அகந்தை எழும்.

“நான் எடுத்த முடிவு
தவறாக இருக்க முடியாது.”

இந்த எண்ணம்
நம்பிக்கை போலத் தோன்றும்.

ஆனால்–
அது நுட்பமான அகந்தை.

விளைவு எதிர்பார்த்தபடி அமையாதபோது
முடிவு காயமடைவதில்லை.

உன் அகந்தை
காயமடைகிறது.

அங்கே
விரக்தி பிறக்கும்.

விரக்தி
காயமாகும்.

காயம்
மீண்டும் ஆசையாக மாறும்.

இதுதான் சுழல்.

“தோல்வி அடைந்தால்?” என்ற சுமை

“படகு கவிழ்ந்தால்?”
என்ற பயம்

பயம்
மெதுவாக பயணத்தை
மாற்றிவிடும்.

நீ ரசித்த நதி
இப்போது
அபாயமாகத் தோன்றும்.

மனம்
உன்னை நீதிமன்றத்தில்
நிறுத்தும்.

"சாட்சியம் எல்லாம் கட்டுக்கதை?"
"அப்போதே சொன்னேன்."
"உனக்கு ஒன்றும் தெரியாது."
என்று
தன்னை தாழ்த்தும்
ஒரு குரல்
உள்ளே
ஒலிக்கத்தொடங்கும்.

அல்லது

"விதி சரியில்லை."
"ஜோதிடன் முன்பே சொன்னான்."
என்ற ஆத்திர ஆறுதல்
மொழிகள் பேசும்.

இரண்டிலும்
உன் உயிர்சக்தி கரைகிறது.

ஏன்?

ஏனெனில்
நீ இன்னும்
விளைவைப் பற்றிக்கொண்டிருக்கிறாய்.

முயற்சி உன்னுடையது.

ஆனால்–
பலனில்

பற்றுணர்ச்சி சேர்ந்துவிட்டால்
அது சங்கிலி.

நினைவில் கொள்.

செயலின் எல்லை –
திறன், மதிப்பு
மற்றும் உடலின்
அமைதியோடு நிலைக்கும்.

ஆனால்– எதிர்பார்ப்பு
எல்லையற்றது.

நீ உனக்கே விதித்தாலும்
பிறர் உன் மீது விதித்தாலும்
அது எல்லையை மறக்கச் செய்யும்.

“காலம் வீணானது” என்ற பதற்றம்

தேர்வு தவறாகத் தோன்றும் போது
மனம் கணக்குப் போடும்.

“இத்தனை மாதம் உழைத்தேன்.”
“இத்தனை வருடம் போய்விட்டது.”

அங்கே
சங்கல்பம் பலவீனமாகும்.

ஆனால்–
சாட்சியாக நின்றால்
கால இழப்பு இல்லை.

அனுபவம் மட்டுமே.

கவிழ்ந்த படகு
விபத்து அல்ல.

ஒரு தரவு.
ஒரு பாடம்.
சாட்சி கேட்கும் கேள்வி:

"ஏன்?" அல்ல.
"இப்போது என்ன?"
என்பது தான்..

அங்கேதான்
விளைவு என்ற சங்கிலி
சிதறும்.

புற-சங்கிலிகள்

உள் குரல்கள் போதாதென்று
புறச் சத்தங்கள் எழும்.

குடும்பம் சொல்லும்

"நீயா இப்படிச் செய்வாய்?" என்று
உன் வளர்ப்பை
சந்தேகிக்கும்.

உன் வழியை
ஏளனமாக்கும்.

வார்த்தைகளால்
உனக்குள்
ஒரு மௌனப் போரைக் கிளப்பும்.

நீ சுமப்பாய்.
சுமப்பாய்.

ஒரு நாள்
சோர்வாய்.

பிள்ளைகளை சுமக்கும்
அற உணர்வும் –
கடமையாகி கூச்சலிடும்.

அன்பு இருக்கலாம்.

ஆனால்–
“கடமை” என்ற பெயரில்
சுயத்தைத் தியாகம் செய்தால் –

அது தர்மம் அல்ல.
அது சங்கிலி.

இன்று
நீ அடிமைப்பட்டால்

நாளை
அவர்களும் அதையே
கற்றுக்கொள்வார்கள்.

பிள்ளைகளும் துணையும்
சுகமான சுமையாக
இருக்கும் வரை –
அது வாழ்க்கை.

சுமையாக
மட்டும் மாறினால் –
அது சங்கிலி.

வாழும் முறையை மாற்று.

உன்னை அழிக்காதே.
உறவுகளை அறுக்காதே.
யாரும்
உன்
அறியாமைக்கு அடிமையல்ல.
இது புரிந்தாலும்

இன்னும் ஒரு சத்தம்
உச்ச ஓசையை எழுப்பும்.

சமூகம் சொல்லும்

"அவன் ஒரு காலத்தில் எப்படி இருந்தான் தெரியுமா?"

என்ற பரிதாப குரலில்
அக்கறை என்ற போர்வையில்
உன்னை எள்ளிநகையாடும்.

உண்மையில் சமூகம்
மனிதனைப் பார்க்காது.

ஒரு கதாபாத்திரத்தைப் பார்க்கும்.

அதன் மதிப்பீடு
அங்கீகாரம் என்ற
நச்சை ஊட்டும்.

மற்றவர்கள்
உன் மீது வைக்கும் எதிர்பார்ப்பு
நீ எடுத்த கடன் அல்ல.

ஆனால்–
அது
அவர்கள் விதிக்கும் வரி.

உன்
மனமும் உடலும்
இயன்ற வரை
உதவி செய்.

அதற்குப் பிறகு

"இது வரை என் பொறுப்பு.
அதற்குப் பின் உன்னுடையது."

என்று சொல்லத் தெரிந்து கொள்.

"இல்லை" என்று சொல்வது
ஒரு பெரிய
ஆன்மிகப் பயிற்சி.

செயலும் சாட்சியும்

எதிர்பார்ப்பின் வேகத்தில்
ஓடும் உனக்கு
நிதானம் தெரியாது.

நிதானம்
என்றும்
வீழ்த்துவதல்ல,
அதுவே வழி.

செயல் – வேகம்.
சாட்சி – நிதானம்.

இவை முரண்பாடல்ல.

வேகம்
குதிரையில் இருக்கலாம்.

நிதானம்
சாரதியில் இருக்க வேண்டும்.

நீ பேசும்போது
உன் வார்த்தைகள்
வேகமாக இருக்கலாம்.

ஆனால்–
உள்ளே ஒரு குரல்
இருக்க வேண்டும்.

"நான் இப்போது பேசுகிறேன்." என்று

அதுவே
சாட்சி.

இயல்பின் ஓட்டத்தில் கிடைத்தது
நிலைக்கும்.

அகந்தையின் ஓட்டத்தில் கிடைத்தது
குலையும்.

அங்கே முயற்சி இருக்கும்.

ஆனால்–
அழுத்தம் இருக்காது.

முடிவெடுப்பதின் வலி

இரண்டு ஆசைகள்
உன் முன் நிற்கின்றன.

இரண்டும் நல்லதாகத் தோன்றும்.

வலி ஏன் வருகிறது?

ஒரு பாதையைத் தேர்ந்தெடுப்பது
மற்றொரு பாதையை இழப்பது என்று
நீ நினைக்கிறாய்.

அதுதான் வலி.

உண்மை என்ன?

இந்த உலகில்
"மிகச்சரியான முடிவு"
என்று ஒன்றில்லை.

முடிவு எடுப்பது
காலத்தின் கட்டாயம்.

உடலைக் கவனி.

ஒரு முடிவை நினைக்கும் போது
உடல் அமைதியாகிறதா?

அல்லது
பாரமாகிறதா?

உன் நரம்புகள்
மனதிற்கு முன்
உண்மையைச் சொல்கின்றன.

இரண்டும் சமமாக இருந்தால்
அதுவே தர்மசங்கடம்.

அலை ஓய்ந்தால்
தரை தெரியும்.

சற்று காத்திரு.

ஓயவில்லை என்றால்?

ஒரு முடிவை
எடு.
வாழ்.

தவறான முடிவும்
ஒரு தரவு தான்.

சாட்சியாக நில்.

எதிர்பார்ப்பின் வேர்

எதிர்பார்ப்பு
செயலில் இருந்து பிறக்காது.

அடையாளத்தில் இருந்து பிறக்கும்.

“நான் இப்படிப்பட்டவன்.”
அதற்கேற்ற வாழ்க்கை வேண்டும்.

“நான் சரியாகத் தேர்வு செய்தேன்.”
அதற்கேற்ற விளைவு வேண்டும்.

“நான் உழைத்தேன்.”
அதற்கேற்ற பலன் வேண்டும்.

அங்கேதான்
எதிர்பார்ப்பு பிறக்கிறது.

அது
அங்கீகாரம் தேடும் ஆசையின்
மென்மையான வடிவம்.

ஆசை
நெருப்பு என்றால்

எதிர்பார்ப்பு
உள்ளே எரியும் தணல்.

நெருப்பை
அணைக்கலாம்.

ஆனால்—
தணல்
மெதுவாக
உள்ளே எரிந்து கொண்டே இருக்கும்.

அகந்தையின் பிறப்பிடம்

நீ இன்று
“நான்” என்று சொல்கிறாய்.

ஆனால்—
அந்த “நான்”

உன் இயல்பா?
அல்லது
உருவாக்கப்பட்ட வடிவமா?

ஒரு குழந்தை
பிறக்கும் போது
அவனுக்கு
ஒப்பீடு தெரியாது.
போட்டி தெரியாது.
சரி-தவறு என்ற
கருத்தும் இல்லை.

குழந்தை இருப்பது
முழுமையாக.

பிறகு உலகம்
ஒரு கண்ணாடி
அவனிடம் வைக்கிறது.

“அவனைப் பார்.”
“அவள் மாதிரி ஆகவேண்டும்.”
“இது தான் வெற்றி.”
“அது தான் தோல்வி.”

அந்தக் கண்ணாடியில்
அவன்
தன்னைப்
பார்க்கத்
தொடங்குகிறான்.

அங்கேதான்
முதல் விதை விதைக்கப்படுகிறது.

“நான் போதாது.”

என்னும் நச்சு விதை.

மூன்று சங்கிலிகள்

ஒப்பீடு

“அவனைப் பார்” என்று சொல்லும்
ஒவ்வொரு முறையும்

“நீ நீயாக இருப்பது போதாது”
என்ற விஷம்
மனதில் கலக்கிறது.

அப்போது
மனிதன் தன்னை

ஒரு உயிராக அல்ல
ஒரு பாரமாக பார்க்கத் தொடங்குகிறான்.

அங்கேதான்
முதல் போலி ஆசை பிறக்கிறது.

“மற்றவர்களை விட
சிறந்தவன் ஆக வேண்டும்.” என்ற ஆசை

பொருந்துதல்/கலகம்

அந்த ஆசையின் வலி
காயமான பின்–
குழந்தை
இரண்டு வழிகளில் செல்கிறது.

அடங்கி விடுகிறது
அல்லது
எதிர்க்கிறது.

ஆனால்–
இரண்டிலும் அடிப்படை ஒன்று.

பயம்.

அடங்குவது என்றால்
“அன்பைப் பெற
நான் இப்படி இருக்க வேண்டும்.”
என்ற உள்சட்டம்

கலகம் என்றால்
“உன்னை எதிர்த்து
என் இருப்பை நிரூபிக்க வேண்டும்.”
என்ற போராட்டம்.

கவனித்தாயா?

கலகமும்
ஒரு அடிமைத்தனம் தான்.

ஏனெனில்
நீ எதை எதிர்க்கிறாயோ
அதுவே
உன் வாழ்க்கையை நிர்ணயிக்கிறது.

சுதந்திரம்
எதிர்ப்பில் இல்லை.

அடிமை இல்லாத
இயல்பில் தான் நிலைக்கிறது.

பிடிவாதம்

“நான் எடுக்கும் முடிவுகள்
எப்போதும் சரியாக இருக்க வேண்டும்.”

வெளியில்
அது நம்பிக்கை போல தோன்றும்.

ஆனால் உண்மையில்
அது தோல்வியை கண்டு
அஞ்சும் மனம்.

இந்த பிடிவாதம்

புதிய முயற்சிகளைத் தடுக்கிறது
தவறு செய்ய இடமளிக்காது
சுய சுதந்திரத்தை அடக்குகிறது

மனம் சொல்லுகிறது:

“தவறாதே.
தவறினால்
நீ மதிப்பில்லாதவன்.”

அங்கே
செயல் நின்றுவிடுகிறது.

குழந்தைப் பருவ நிழல்கள்

இப்போது சிந்தித்து பார்,

நாளை
ஒரு மேடையேறி
உன் கருத்தை சொல்ல நேர்ந்தால்?
உனக்குள் எழும் இந்த பதற்றம்.
எங்கிருந்து வருகிறது.

அது
கருத்தின் சந்தேகமா?

அல்லது
உன் மதிப்பின் பயமா?

அல்லது

ஒரு நாள்
உன் பெற்றோர்
உன் மதிப்பெண் சீட்டைப் பார்த்தபோது
உனக்குள் எழுந்த
அதே உணர்ச்சியா?

சிலகணநேரம்
அதை அனுபவி.

அந்த வேர்
அங்கே இருக்கிறதா?

பெற்றோரை
வெறுக்க வேண்டாம்.

அவர்களும்
இதே சங்கிலியின் கைதிகள்.

அறியாமை
தலைமுறைகள் கடந்து செல்கிறது.

அறிவு வந்த இடத்தில்
அந்த சங்கிலி உடையும்.

சமூகத்தின் தரக்கட்டுப்பாடு

சமூகம்
ஒரு தெரியாத தரக்கட்டுப்பாட்டு அறை.

அது பார்ப்பது:

உன் சம்பளம்
உன் வீடு
உன் பதவி
உன் பிறப்பு

அது பார்க்காதது:
உன் உள்ளம்.

இது
ஒரு தீய அமைப்பு அல்ல.

பயந்த மனிதர்கள்
சேர்ந்து கட்டிய .கூடாரம்.

அங்கே
பயம் தான் அரசன்.

அங்கீகாரம் தான் நாணயம்.

அந்த பயத்தைப் பார்த்துவிட்டால்
அதன் அடியில் ஓடும்
ஆசையின் சங்கிலி
சற்றே தளரும்.

பயத்தை நேரில் பார்க்க

ஒரு பயிற்சி.

“நான் தோல்வியடைந்தவன்” என்று
சமூகம் சொன்னால்?

என்ன நடக்கும்?

யார் விலகுவார்கள்?
யார் இருப்பார்கள்?

அந்த கற்பனையை
முழுவதும் அனுபவி.

ஒருமுறை
அந்த பயத்தை
நேரில் பார்த்துவிட்டால்

அதன் பிடி
தளரும்.

இது பயத்தின் பிடியை தளர்க்க,
உறவுகளை வெறுக்க அல்ல.

விடுதலை

விடுதலை என்பது
எதிர்பார்ப்பின் சங்கிலிகளை
அறுப்பதில் அல்ல.

அதைப் பார்க்கத் தொடங்குவதும்.
அதைப் பார்த்துக்கொண்டே
வாழ்வதும் தான்.

இந்த இடைவெளி
சிறியது.

ஆனால்–
பயணம் பெரிது.

ஏனெனில்
நீ உன் அகந்தையோடு
மோதப் போகிறாய்.

முயற்சி செய்.
ஆனால்–
நிரூபிக்க அல்ல.
அறிய.

வெற்றி அடை.
ஆனால்–
ஒப்பிட அல்ல.
அனுபவிக்க.

அப்போது
“நான்” என்பது
எதிர்பார்ப்புகளின்
நிழல் அல்ல.
சாட்சியின் விழிப்பு.

அங்கேதான்
அகந்தையின் கட்டிடம்
சிதறும்.

அங்கேதான்
உண்மையான சுதந்திரம்
தொடங்கும்.

எதிர்பார்ப்புகள்
சிதறும் போது.

அகந்தையை
விட்டுவிடுவதற்குப்
பதிலாக,

மனம் சில நேரங்களில்
உத்தியை மாற்றுகிறது.

நான் நல்லவனாக மாறுவேன்
நான் தன்னலமற்றவனாக மாறுவேன்
நான் ஞானியாக மாறுவேன்

பின்னர்
அகந்தை நல்லொழுக்கத்தின்
பின்னால்
ஒளிந்து கொள்கிறது.

பிம்பங்கள் உடைந்த பிறகு
எஞ்சியிருக்கும்
அந்த அமைதியான சுயம்.

அங்கே இருந்து தான்
உன் நல்லொழுக்கங்களை
நாம் பார்க்கத் தொடங்கப் போகிறோம்.

எதிர்பார்ப்பு – அடையாளத்தை சுமக்கும்
ஒரு சங்கிலி.

உள்ளம் விழித்தால் — விடுதலை சாத்தியம்.

புனித முகமூடிகள்

ஆசை எப்போதும்
அழுக்காக வருவது இல்லை.
சாக்கடையில் பிறக்கும்
ஆசையை யாரும்
அடையாளம் கண்டுவிடுவார்கள்.

ஆனால்–
ஆசை அதிகம்
ஒளிந்திருப்பது
புனிதமான
போர்வையில்தான்.

நல்லொழுக்கம்,
ஞானம்,
பொறுப்பு,
தியாகம்–இவை
ஆசை அணிந்து வரும்
விலையுயர்ந்த உடைகள்.
அதனால்தான்
இவை மிகவும்
ஆபத்தானவை.

நல்லவனாக
இருக்க வேண்டும்
என்று
உன்னை உள்ளுக்குள்
கட்டுப்படுத்திக் கொள்வது ஒன்று.

உன் இயல்பே
நல்லவனாக இருப்பது
மற்றொன்று.

முதல் நிலை–
ஒரு முயற்சி.
ஒரு கட்டுப்பாடு.
ஒரு முகமூடி.

இரண்டாவது–
ஒரு நிகழ்வு.
ஒரு சுதந்திரம்.
ஒரு இயல்பு.

"நான் இப்படித்தான் இருக்க வேண்டும்"
என்ற மனச்சட்டம்–
ஒரு சுமை.

அங்கேயே
ஒரு பயம்
உருப்பெறுகிறது.

நிராகரிக்கப்படக் கூடாது
என்ற பயம்.
தவறாகப் புரிந்துகொள்ளப்படக் கூடாது
என்ற பயம்.

அந்த பயத்திலிருந்துதான்
புனித முகமூடிகள்
உருவாகின்றன.

இந்த புரிதல்
நல்லொழுக்கத்தை
குற்றம்
சொல்வதற்காக அல்ல.
அறத்தை
உடைப்பதற்காகவும் அல்ல.

அறத்தின் போர்வையில்
மறைந்து நிற்கும்
ஆசை, பயம், தேவையை
அடையாளம்
காண்பதற்காக மட்டுமே.

ஏனென்றால்
உண்மையான
நல்லொழுக்கம் கொண்டவன்
நல்லவனாக நடிக்க மாட்டான்.

அவன்
தன் இயல்பில்
அப்படியே இருப்பான்.

இந்த உண்மை
உன்னை தொட்ட பிறகு
உன்னுள் ஒரு மனப்போர்
தொடங்கும்.

அதைத் தவிர்க்காமல்
நேராகப் சந்திக்க
ஒரு மனஉறுதி வேண்டும்.

அது வெறும் தைரியம் அல்ல–
உன் அடையாளத்தை கரைக்கும் மனஉறுதி.

ஏனென்றால்–
மோதுவதும் நீயே
கவசமாய் காப்பதும் உன்னையே.

அகந்தையின் அரண்

ஒருமுறை
உன் இருட்டுக்குள்
நெருங்கிப் பார்த்தால்–
பழகிய நல்லவனின் உருவம்
சற்றே குலையும்.

அந்த குலைவு தான்
உண்மையின் முதல் அறிகுறி.

உன் உடலெங்கும்
ஒரு அசைவு.
சிலருக்கு நரம்புகள்.
சிலருக்கு நெஞ்சு.
சிலருக்கு ஒவ்வொரு ரோமமும்
எழுந்து நிற்கும்.

அந்த நொடியில்
ஒரு கேள்வியும் எழும்–

இதுவரை
“நல்லவன்” என்று
நம்பி வந்த
அனைத்து நல்லொழுக்கங்களும்

கட்டுப்பாட்டில் இருந்து பிறந்தவையா?
அல்லது
உன் இயல்போடு கலந்தவையா?

பதில் தேவையில்லை.

அந்தக் கேள்வி எழுந்ததே
முகமூடி சிதற ஆரம்பித்ததற்கான
முதல் அறிகுறி.

இன்று
நீ நல்லவன்
போலத் தோன்றலாம்.

நேற்று
நீ கெட்டவனாக
இருந்திருக்கலாம்.

அது முக்கியமல்ல.

கேள்வி –
“நீ நல்லவனா?” என்பதல்ல.
“நீ உண்மையானவனா?” என்பது தான்.

ஒன்று உருவம்.
மற்றொன்று உயிரின் சாட்சி.

இந்தப் பயணம்
மாறுவதற்காக அல்ல.
அறிவதற்காக மட்டுமே.

அறிந்த பின்பு
மாற்றம்
தானாகவே நிகழும்.

இதுதான் இயற்கை நீதி.

இதுவரை
நாம் பார்த்தது
ஆசைகள் பற்றி.
அவற்றை
அடக்குவது பற்றி அல்ல–
பக்குவப்படுத்துவது பற்றி.

ஒரு மனிதன்
தன் ஆசையை
கட்டுப்படுத்தாமல்
அதைப்
பக்குவப்படுத்தி
சரி-தவறு என்ற
தீர்ப்பின்றி
கவனிக்கத்
தொடங்கும் போது–

அந்த முதிர்ச்சியில்

தேர்வே கரைந்து போகும்.
தேர்வு இல்லாத இடத்தில்
நடிப்பு இல்லை.
நடிப்பு இல்லாத இடத்தில்
முகமூடி இல்லை.

அங்கே
அவன் இயல்பில் அப்படியே இருப்பான்.

அதுவே அறம்.
அதுவே மனிதனின் தர்ம விதி.

மாயையின் படிமங்கள்

இந்த
நல்லொழுக்கங்கள்
மனதில்
படிமங்களாகி மறைந்திருக்கும்,

இதை
புரிந்து கொள்ள
சில மாயைகளை
உற்றுப்பார்ப்போம்

நற்குண மாயை

“நான் நல்லவனாக இருக்க வேண்டும்;
யாரையும் காயப்படுத்தக் கூடாது.”
என்ற எண்ணத்தை
சற்றே உற்று நோக்கினால்.

வெளியில்:
பிறரின் பார்வைக்கு
அது
அறம் போல
தோன்றும்.

ஆனால்–

உள்ளே:
நிராகரிக்கப்படக் கூடாது

என்ற
பயம் இயக்குகிறது.

அடையாளம் காண:
‘இல்லை’ என்று
சொல்ல முடியாமல் தவிப்பது.
எல்லோருக்கும்
பொருந்த முயன்று
உன்னை நீயே தொலைப்பது.

உண்மை:
இது அறம் அல்ல;
அங்கீகாரம் தேடும் ஆசை.

ஞான மாயை

“எல்லாவற்றையும்
நான்
புரிந்து கொள்ள வேண்டும்”;
“நான் மேலானவன்.”

வெளியில்: ஞானம்.

உள்ளே:
உணர்ச்சியைத்
தொடத் துணியாத பயம்.

அடையாளம்:
கோபம், வலி, காயம் வரும்போது
அதை உணரத் துணியாமல்,
மேலோட்டமாகத்
தத்துவம் பேசித் தப்பிப்பது.

உண்மை:
இது ஞானம் அல்ல;
உணர்ச்சிகளை
தவிர்க்கும் பாதுகாப்பு மாயை.

தியாக மாயை

“நான் தாங்கிக்கொள்வேன்;
எனக்கு ஒன்றும் வேண்டாம்.”

வெளியில்: உயர்வு.

உள்ளே:
சுமை தாங்கினால்தான்
எனக்கு மதிப்பு
என்ற நம்பிக்கை.

அடையாளம்:
உன் தேவைகளைச்
சொல்லும்போது
குற்ற உணர்வு
கொள்வது.

உண்மை:
இது தியாகம் அல்ல;
இது தனிமையால் உண்டான
அடையாள ஆசை.

ஒழுக்க மாயை

“நான் தவறு செய்யக் கூடாது;
எல்லாம் கட்டுப்பாட்டில்
இருக்க வேண்டும்.”

வெளியில்: ஒழுக்கம்.

உள்ளே:
அவமானப்படக் கூடாது
என்ற பயம்.

அடையாளம்:
உனக்கும் பிறருக்கும்
கடுமை காட்டுவது;
சுய கருணை
துளியும் இல்லாதது.

உண்மை:
இது ஒழுக்கம் அல்ல;
காயம் ஈன்ற கட்டுப்பாடு.

திருத்த மாயை

"அவனைச் சரி செய்ய வேண்டும்;
இவள் புரிந்துகொள்ள வேண்டும்."

வெளியில்: அக்கறை.

உள்ளே:
உன் உள்ளேயுள்ள
அமைதியற்ற
நிலையைப்
பிறர் மீது திணிப்பது.

அடையாளம்:
பிறர் மாறாவிட்டால்
உனக்கு அமைதி இல்லை
என்ற போர்க்களம்.

உண்மை:
இது அன்பு அல்ல;
அதிகாரம் தேடும் ஆசை.

அமைதி மாயை

"எனக்கு அமைதி வேண்டும்;
நான் சாந்தமானவன்."

வெளியில்: அமைதி.

உள்ளே:
உண்மையைச் சொல்லப் பயம்.

அடையாளம்:
பிரச்சனையைத் தவிர்ப்பது;
பேச வேண்டிய இடத்தில்
கோழைத்தனமான
மௌனம் காப்பது.

உண்மை:
இது அமைதி அல்ல;
மோதல் பயம்.

தர்ம மாயை

"இது என் தர்மம்;
நான் செய்தே ஆக வேண்டும்."

வெளியில்: உயர்மை.

உள்ளே:
நான் இல்லாமல்
உலகம் இயங்காது

என்ற
அகந்தை-பயம் கலப்பு.

அடையாளம்:
உன்னை
இழந்து கொண்டே இருப்பது,
ஆனால்– நிறுத்த முடியாமை.

உண்மை:
இது தர்மம் அல்ல;
கடமை ஈன்ற ஆசை.

இந்த
முகமூடிகள்
அனைத்தும்

ஒரே வேரிலிருந்து
வருகிறது –

அடையாளம்.
அதுவே
அகந்தையின் ஆகாரம்.

ஆசையா? அடையாளமா?

உண்மையின்
தரிசனம்
கிடைத்த பிறகு–

எழும் ஒவ்வொரு
அசைவையும்

இப்போது
இனம் காண
முடிகிறது.

இது–
காயத்தினால் வந்த காமம்.
இது–
பயத்தினால் வந்த பணம்.
இது–
அங்கீகாரம் தேடும் அறம்.

இது ஆசையா?
இல்லை–
உன் அடையாளமா?

இனி
ஆசை
ஒரு மேகம் போல
உன் மனத்திரையில்
கடந்து போகட்டும்.

அது வருவதைக் கவனி;
அது உருமாறுவதைக் கவனி;
அது மறைவதையும் கவனி.

ஆனால்–
அந்த ஆசையே
'நான்' என்று
அடையாளம் கொள்ளாதே.
அந்த ஆசையின் கதையில்
உன் வாழ்வை
அடகு வைக்காதே.

ஒரு
நல்ல கலைஞன்–
தன் ஓவியத்தில்
உள்ள வண்ணங்களைப் பார்ப்பான்;
ஆனால்–
அவன்
வண்ணமாக
மாறிவிடுவதில்லை.

அதே போல–
இந்தத் தெளிவு
கிடைத்த பிறகு,
ஆசைகளை
ஒரு தகவலாக
மட்டுமே கொள்.

அது
உன்னை இயக்கும்
எரிபொருளாக
மாற அனுமதிக்காதே.

இதுவே
விழிப்புணர்வு எனும்
நந்தாவிளக்கை ஏற்றும்.
அந்த ஒளியில்
இருட்டு
பின்னோக்கி
மெல்ல நகரும்.

இதுவே ஆசையை
அலங்காரமாகப் பார்க்கும்
சுதந்திர மனிதனின்
முதற்றளம்.

ஒரு மெல்லியக்கோடு

விழிப்புணர்வு
என்பது
ஒரு கூர்மையான கத்தி.
அதை
எப்படிக்
கையாள வேண்டும்
என்று
தெரியாவிட்டால்,
அது
உன்னைக்
காயப்படுத்தும்.

படைப்புத்திறன் வறட்சி

எல்லாவற்றையும்
"இது காயம்",
"இது பயம்" என்று
பகுத்தாயத் தொடங்கினால்,
உனக்குள் இருக்கும்
தன்னிச்சையான
வேகம் குறையலாம்.

ஒரு கவிஞன்
தன் வலியை
"காயம்" என்று
மட்டும் பார்த்தால்,
அவனால் கவிதை
எழுத முடியாது.

ஒரு தொழிலதிபர்
தன் இலக்கை

"அகந்தை" என்று
மட்டும் பார்த்தால்,
அவனால் சாம்ராஜ்யத்தை
உருவாக்க முடியாது.

தீர்வுதான் என்ன?

ஆசையின்
'மூலத்தைக்' கவனி;
ஆனால்–
அதன்
'வேகத்தை' அறுக்காதே.

ஆசையை
மருந்தாக கொண்டு
காயம் ஆறிய பிறகு,
அந்த ஆற்றலை
ஒரு படைப்பாக மாற்று.

உன் காயம்
உன்னைத் துரத்தக் கூடாது,
ஆனால்–
உன் ஆசை
உன்னை விரிக்க வேண்டும்.

எல்லாவற்றையும் வெறுத்தல்

"எல்லாமே மாயை,
எல்லாமே முகமூடி"
என்று நினைத்து,

உன் உறவுகளையும்,
பொறுப்புகளையும்,
வெறுக்கத் தொடங்கலாம்,

இறைவனை தேடி அலையலாம்.
இது ஆன்மிகம் அல்ல;
இது **மனச்சோர்வு**.

இதை
உணரும் தருணமே,
தீர்வு புலப்படும் –

முகமூடியைக்
கழற்றுவது என்பது
முகத்தை அறுப்பது அல்ல.
நீ ஒரு தந்தை,
நீ ஒரு தொழிலாளி,
நீ ஒரு கலைஞன்–
இவை யாவும்
நீ விரும்பி ஏற்கும் **வேடங்கள்.**

வேடம்
என்று தெரிந்தே
அதை
ரசித்து
நடிப்பதில்தான்
கலை இருக்கிறது.
எதையும் துறக்காதே;
எதிலும் சிக்காதே.

தடுக்கும் வழிமுறை

நீ
ஒரு இனிப்பைச்
சாப்பிடுகிறாய்.

இந்த இனிப்பு
இல்லாவிட்டால்

நான்
நிலை குலைவேன்
என்பது –
அடிமைத்தனம்.

இது சர்க்கரை
இதனால் உடல் கெடும்
ஆகவே
துறப்பேன்
என்பது –
வெறுப்பு

இது சர்க்கரை
இதன் சுவையை
எல்லை அறிந்து
ருசித்து நகர்வேன்
என்பது –
விழிப்புணர்வு.

ஆசையை நிராகரித்தால்,
உன்னையே நிராகரிக்கிறாய்.

ஆசையைத் தகவலாகப்
பயன்படுத்தினால்;
அது என்றும்
தடையாக மாறாது.

அப்போது –

நல்லொழுக்கமானது
தடையின்றி
தானாகவே வரும்.

அங்கே
பயம் இருக்காது.
நடிப்பு இருக்காது.
“நான் இப்படித்தான்
இருக்க வேண்டும்”
என்ற கட்டாயமும்
இருக்காது.

ஒரு காலத்தில்
ஆசையும் பயமும்
கலந்த அழுத்தமாக
இருந்தது–
இப்போது
உன் இலகுவான
இயல்பாக
மாறிவிடும்.

அதனால்–

நல்லொழுக்கத்தைப்
பின்பற்றுபவனாக
மாறமாட்டாய்.

நல்லொழுக்கத்தை
உள்ளே
கொண்டவனாக
மாறுவாய்.

அதுதான் இயல்பு.
அதுதான் உண்மை.

சிந்தித்துப் பார்.

இதுவரை
நீ
கடந்து வந்த வாழ்வில்–
“நல்லவனாக வாழ வேண்டும்”
“நல்லொழுக்கம் கொண்டவனாக
இருக்க வேண்டும்”
என்ற பெயரில்
எத்தனை முறை
நீ
சுமைகளைச் சுமந்தாய்?

உன் விருப்பமல்லாத
அமைதிகள்.

உன் இயல்பல்லாத
பொறுப்புகள்.

உன் உணர்வுகளை
மறைத்துக் கொண்டு
போட்ட முகமூடிகள்.

நல்லொழுக்கம்
பயத்திலிருந்து பிறந்தால்
அது சுமை;
இயல்பிலிருந்து பிறந்தால்
அது சுதந்திரம்.

பாரதியின் தீர்க்கம்

பாரதி சொன்னான் –
“அச்சமில்லை அச்சமில்லை
அச்சமென்ப தில்லையே!”

ஆனால்– நீ?

பொய் பிடிபட்டால்
மானம் போய்விடுமோ என்று
நேர்மை பூண்டாய்.

“கெட்டவன்” என்று
சொல்லிவிடுவார்களோ என்று
பொறுமை காப்பாய்.

“சுயநலக்காரன்” என்று
தூற்றுவார்களோ என்று
தியாகம் செய்தாய்.

“அகந்தை” என்று எள்ளிவிடுவார்களோ
என்று பணிவு கொண்டாய்.

இவையெல்லாம் அறமா?
அல்லது–
நடுக்கமா?

இவை
உன் இயல்பை
கொல்லும்
ஒரு
மென்மையான
தூக்குக்கயிறு.

இதை
ஒரு கணம்
சிந்தித்தாலே–
உனக்கு
சிறிது
விடுதலை
கிடைக்கிறதென்றால்–

இதைப்
பயிற்சி செய்தால் —

ஆம்.
இதுவும்
ஒரு விதமான
ஆசைதான்.
ஒரு உருவக ஆசை.

ஆனால்–

இந்த ஆசையை
நீ
அடக்க வேண்டியதில்லை.

இந்த ஆசையை
சரிவர
பக்குவப்படுத்தி,
அதை
உன்
உயிரோட்டத்தோடு
ஒரே திசையில்
ஓட்டினால்—

உன் வாழ்க்கை
எப்படி இருக்கும்?

கற்பனை செய்து பார்!

அதை
உன்
லட்சியமாக
மாற்றிக்கொள்ள வேண்டுமா
இல்லையா–

அந்தத் தேர்வை
நான்
உன் கையிலேயே
விட்டுவிடுகிறேன்.

முகமூடி – பிறர் பார்க்கும் உருவம்.

இயல்பு – நீ உன்னை காணும் உண்மை.

.இயல்புக்கு விரோதமானதுதான் முகமூடி.

"இயல்பலாதன செய்யேல்" –

என்ற ஔவையாரின் மொழி
மீண்டும் ஒலிக்கட்டும்.

உண்மையின் வெப்பம்

முகமூடிகளின்
தரிசனத்தை
பார்த்துவிட்டான்.

நல்லொழுக்கத்தின்
போர்வையை
கிழித்துவிட்டான்.

ஆசையின்
நரம்புகளைத்
தொட்டுவிட்டான்.

இப்போது –

உண்மையின் தீபம்
மட்டும் எரிகிறதா?

அதோடு ஒரு புதிய
ஆற்றலும் பிறக்கிறது.

வாழ்வில்
பல தருணங்களில்

உண்மை
நம்மைத் தொடும் –

ஒரு உறவின்
விரிசலாகவும்,

ஒரு துரோகத்தின்
வெளிச்சமாகவும்,

அல்லது
நிலையாமையை
உணர்ந்த கணமாகவும்.

அந்த தருணத்தில்
“இதுதான் உண்மை.
இதை உடனே
சொல்ல வேண்டும்”
என்று உள்ளம்
கூச்சல் போடும்.

அந்த அவசரம்
“அவர்களை
காப்பாற்ற வேண்டும்”
என்று
கருணை வேடம் அணியும்.

ஆனால்–
அதுவும்
இன்னொரு மாயையாக
மாறலாம்.

நீ கண்டது
உண்மைதான்.
ஆனால்–

அதை உடனே
உரக்கச்
சொல்லவேண்டும்
என்ற அவசரம்

உண்மையா?
அல்லது
பதற்றமா?

அது ஒரு துடிப்பு.

அறத்தின்
துடிப்பு போல
தோன்றும்.
கருணையின்
துடிப்பு போலத்
தெரியும்.

இதுதான்
உண்மை பேசும் ஆசை.

ஆனால்–
கவனமாகக் கேள் –
இது
அவமானப்பட்ட
அகந்தையின்
பழி தீர்க்கும்
எண்ணமல்லவா?

இதை
பார்க்காத மனிதன்
உண்மையைப்
பேசவில்லை.
அவன் இன்னும்

கோபத்தின் வெப்பத்தில்
பேசுகிறான்.

உண்மையின் மொழி

உண்மையின் மொழி
வெளிப்படும் வழிகள்
இரண்டு.

முகத்தெறிந்து சொல்லும் உண்மை

இதில்
அறிவு இருக்கலாம்.
ஆனால்–
அன்பு இருக்காது.

“இதுதான் உண்மை”
என ஓங்கி அறைவதில்
அவசரம் இருக்கும்.

ஒரு நுட்பமான
வன்மம் இருக்கும்.

மற்றவரை
உடைத்து,
தன் அகந்தையை
நிலைநிறுத்தும்
சுவை இருக்கும்.

இது
உண்மையைப் பகிர்வது அல்ல;
இது
உண்மையைக் கொண்டு
பழிவாங்குதல்.

பூரண உண்மை

இதில் தெளிவு இருக்கும்,
இங்கே அவசரம் இல்லை.

"இதுவும் உண்மை"
என்று அரவணைக்கும்
பக்குவம் இருக்கும்.

நிரூபிக்க வேண்டிய
கட்டாயம் கரைந்து,

அமைதி
எனும் கடலில்
ஆழமாக
உறைந்திருக்கும் நிலை இது.

அகந்தை மறைந்தால்
அனைத்து உண்மையும்
புலப்படும்.

அப்போது,

உண்மையின் மொழிதான் என்ன?

ஒரு உண்மை
உன் மனதில் தோன்றும்.

அதை உடனே
சொல்ல வேண்டும்
என்று
உன் நரம்புமண்டலம்
தள்ளும்.

அங்கேயே நிறுத்தி
நிதானம் கொள்.

அந்த உண்மையை
குறைந்தது
நாற்பத்தெட்டு மணி நேரம்
உள்ளே வைத்திரு.

அது இன்னும்
வெப்பமாக எரிகிறதா?
அல்லது
அமைதியான
தெளிவாக மாறுகிறதா?

வெப்பம் அதிகமிருந்தால் –
அது காயத்தின் மொழி,
முதிராத கோபத்தின் மொழி.

அமைதியான தெளிவு இருந்தால் –
அது முதிர்ந்த உண்மை.

விளையும் அனைத்து
நெல்லும்
விதைநெல்லாகாது.

அனைத்து எண்ணங்களும்
விதைக்கத் தகுந்த
உண்மையல்ல.

சில –
உணர்ச்சியின் வெடிப்பு.
சில –

அகந்தையின் பதில்.
சில –
துன்பத்தின் எதிரொலி.

அவற்றை விதைத்தால்
பயிர் வராது.
போராட்டம் பிறக்கும்.

தோன்றும் எண்ணங்கள்
உண்மையாயினும்
உள்ளே ஊற வேண்டும்.

அதில்
அவசரம் இருக்கக் கூடாது.

மேலும் –
விதைக்கும் நிலமும்
பண்பட்டிருக்க வேண்டும்.

கேட்கும் மனிதன்
அந்த தருணத்தில்
உண்மையை
தாங்கும் நிலையில் உள்ளானா?
இல்லை என்றால்
சிறிது நேரம் இடம் கொடு.

ஒருவன்
தன் எல்லையை
வகுக்கலாம்;

ஆனால்–
மற்றவரின்
வாழ்க்கையை

திருத்த அனுமதி
பெற்றவன் அல்ல.

நிலத்தின்
பண்பறிந்து
விதை தூவ வேண்டும்.

கேட்பவர் மனநிலை
அறிந்து
உண்மையை
உரைக்க வேண்டும்.

நீ பேசத்
தீர்மானிக்கலாம்.
நீ அமைதியாக இருக்கத்
தீர்மானிக்கலாம்.
நீ விலகலாம்.
அல்லது
இருக்கலாம்.

ஆனால்–

நீ பேசும் உண்மையை
அவர்கள்
ஏற்க வேண்டும் என்று
எதிர்பார்க்க முடியாது.

அவர்களது உண்மையும்
உண்மைதான்.

அதை மிதிக்காதே –
அதை புரிந்து கொள்ள முயல்.
அதை மதிக்கக் கற்றுக்கொள்.

உண்மை ஒரு நிலை.
அந்த நிலை
முதலில்
உன்னுள் நிலையாக
இருக்க வேண்டும்.

நீ உண்மையைச்
சொன்ன பின்பு
உன் உடல்
அமைதியாக இருக்கிறதா?
அல்லது
அவர்கள்
என்ன நினைக்கிறார்கள் என்று
உன் மனம்
கண்காணிக்கிறதா?

அதுவே சோதனை.

அமைதி இல்லாமல்
பேசப்பட்ட உண்மை
காயத்தை ஆழமாக்கும்.

அமைதியுடன்
பேசப்பட்ட உண்மை
குணமாகும்
வாய்ப்பைத் திறக்கும்.

உண்மையைப் பேசுவது
ஒரு கலை அல்ல.
ஒரு பொறுப்பு அல்ல.
ஒரு புரட்சி அல்ல.

அது முதலில்
ஒரு பரிபக்குவம்.

<u>நீ சொல்லாமல் இருக்க முடிந்தும்</u>
<u>சொல்லத் தீர்மானிக்கும் தருணம்</u> –
<u>அதுவே உண்மை.</u>

<u>நீ சொல்லாமல் இருந்தாலும்</u>
<u>உன் உள்ளம் குலையாத நிலை –</u>
<u>அதுவே சுதந்திரம்.</u>

உண்மை சுமக்கும் வார்த்தை

உண்மையை
சலவை செய்ய
வேண்டியதில்லை.

அது என்றும்
சுத்தமானது.

சுத்திகரிப்பு
தேவைப்படுவது
உண்மைக்கு அல்ல –
அதைச் சுமக்கும்
வார்த்தைகளுக்குத்தான்.

அச்சம்.
அசௌகரியம்.
நிரூபிக்க வேண்டும்
என்ற அகந்தை.
அர்த்தம் புகட்ட வேண்டும்
என்ற மனம்.

இவை
வார்த்தைகளை குலைக்கும்.
உண்மையை அல்ல.

உண்மையின் முன்னால்
குறைந்தது
நாற்பத்தெட்டு மணி நேரம் நில்.

அங்கே –
வலி வரலாம்.
மூச்சு இறுக்கலாம்.
அடையாளங்கள் உதிரலாம்.

ஆனால்–
கவனமாக பார் –
உண்மை குழப்பத்தை உருவாக்காது.

குழப்பம்
உண்மையைத்
தவிர்க்கும்
மனதில்தான் பிறக்கும்.

உண்மை
மாற்றப்பட
வேண்டியதல்ல.

அதன் முன்னால்
அகந்தை கரைய
நாம் தயாராக
மாறினாலே போதும்.

"நான் பேசும் உண்மை –
உண்மையா?
அல்லது

நான் அறியாமல் அணிந்த
முகமூடியின் கருத்தா?"

<u>உண்மை</u>
<u>ஊறிய தெளிவும்</u>
<u>இழையாத மனநிலையும் சேரும்போது</u>
<u>பிறப்பதே வாய்மை.</u>

இதை வள்ளுவர் சொல்கிறார்:

"வாய்மை எனப்படுவது யாதெனின் – யாதொன்றும்
தீமை இலாத சொலல்." (குறள் 291)

உண்மை
வெறும் தகவல்.

யாரையும் காயப்படுத்தாமல்
சொல்லப்படும் சொல் தான்
வாய்மை.

ஒருவன் செய்த தவறை
முகத்தில் அடிப்பது – "உண்மை".

அதே தவறை
அவனுக்குப் புரியும்படி,
அவனைத் தாக்காமல்
சொல்வதே – "வாய்மை."

வாய்மை
காயத்தை ஆழப்படுத்தாது.

அது
ஒரு அருமருந்து.

உண்மையைப் பார்க்கும் போது
அதன் நிழலையும் பார்க்க வேண்டும்.

உண்மை
ஒரு நிலை என்றால்

பொய்
அந்த உண்மையை
மூடும் நிலை.

அதனால் பொய்
எங்கே பிறக்கிறது?
என்பதை
கவனிக்க வேண்டும்.

பொய் எங்கே பிறக்கிறது?

ஒரு குழந்தை
புனைந்து சொல்லுகிறது.
மறைக்கிறது.
தவிர்க்கிறது.

பெற்றோர்
தங்கள் கடமையைச்
செய்வார்கள்:

"பொய் பேசக்கூடாது.
உண்மை பேசு.
நேர்மையாக இரு."

இந்த அறிவுரை தேவையே.
ஆனால்–
யாரும் கேட்காத கேள்வி:

"இந்தக் குழந்தைக்கு
உண்மை பேசுவதற்கு
பாதுகாப்பு இருக்கிறதா?"

ஒரு குழந்தை
பொய் சொல்வதற்கு முன்னால்
அது ஏற்கனவே
ஒரு காயத்தில் இருக்கும்.

அக்குழந்தை

– பயப்படுகிறதா?
– நிராகரிக்கப்படுவோம் என்று நினைக்கிறதா?
– தண்டனையை எதிர்பார்க்கிறதா?
– அன்பை இழந்துவிடுவோம் என்று அஞ்சுகிறதா?

பொய் சொல்லும் குழந்தையை
தீக்குணம் கொண்டது
எனக் கருதலாம்.

ஆனால்– பெரும்பாலும்
அது ஒரு
பாதுகாப்பு உத்தி.

ஒரு குழந்தைக்கு
"உண்மை பேச வேண்டும்" என்று
கட்டாயப்படுத்தினால்
அது உண்மை
பேச கற்றுக்கொள்ளுமா?

இல்லை.

பிடிபடாமல்
பொய் பேச

பல உத்திகளை
கற்றுக்கொள்ளும்.

அங்கே நல்லொழுக்கம்
பயமாக மாறுகிறது.

இதுவே
முகமூடியின் முதற் பிறப்பு.

ஆக தீர்வு என்ன?
குழந்தைக்கு
உண்மை பேசும் சூழலை
உருவாக்கித்
தரவேண்டும்.

பெற்றோர்
கட்டுப்பாட்டைத் தளர்த்த வேண்டும்.
ஆனால்–
எல்லையற்ற சுதந்திரம் அல்ல,
பாதுகாப்பான இடம்.

தண்டனை அல்ல.
நிலைத்த உறுதி.

அந்த குழந்தைக்கு
தன் உணர்வைச்
சொல்லும் இடம்
கிடைத்தால்
அது உண்மையை
நிச்சயம்
தேர்ந்தெடுக்கும்.

இது
குழந்தைகளுக்காக
மட்டும் அல்ல.

ஒரு வளர்ந்த மனிதன்
உண்மை பேசுவதற்கு
பயப்படுகிறான் என்றால்

அவன் உள்ளே இன்னும்
ஒரு காயமடைந்த
குழந்தை இருக்கிறது.

அந்தக் குழந்தை
என்றோ நிராகரிக்கப்புட்டது?
என்றோ அவமானத்தை சந்தித்தது?
என்றோ அன்பை இழந்தது?

பாதுகாப்பில்லாத மனம்
முதலில் பொய்யை
ஒரு பாதுகாப்பாகத்
தேர்ந்தெடுக்கிறது.

அதே பாதுகாப்பு
நீண்ட காலத்தில்
அகந்தையின்
கவசமாக மாறுகிறது.

நல்லொழுக்கம் என்ற பெயரில்
அவன் தன் உண்மையை
மறைத்து வாழ கற்றிருக்கலாம்.

ஆக –
பொய் உருவாக

ஒரு மனிதனின் நரம்புமண்டலம்
பாதுகாப்பின்றி இருக்க வேண்டும்.

இதோ பெரிய நுணுக்கம்:

உண்மை பேசுவதற்கு
மனிதனை
நல்லவனாக்க வேண்டியதில்லை.

அவனுக்கு பாதுகாப்பு
அளித்தால் போதும்.

குழந்தைக்கு –
அந்த பாதுகாப்பை பெற்றோர்
உருவாக்க வேண்டும்.

வளர்ந்த மனிதன் –
அந்த பாதுகாப்பை
தன் உள்ளத் தெளிவால்
உருவாக்க வேண்டும்.

அவன் தன்
மனதில் கேட்க வேண்டும்:

“இந்த உண்மையைச்
சொன்னால் என்ன நடக்கும்?”
“நான் என்ன இழப்பேன்?”
“நான் ஏன் பயப்படுகிறேன்?”

அங்கேதான்
நல்லொழுக்க மாயை
கரைகிறது.

அதை புரிந்துகொண்டால்
ஒரு கேள்வியை
தவிர்க்க முடியாது –

உறவுகளில் உண்மை

உறவுகளில்
உண்மையை
உரைப்பது எப்படி?

ஒரு மனிதன்
துரோகத்தை சந்திக்கிறான்.

உறவில் இருக்கலாம்.
நட்பில் இருக்கலாம்.
வேலையில் நம்பிக்கை
உடைந்து இருக்கலாம்.

முதலில் என்ன வருகிறது?
வலி.

அதற்குப் பின்?
வெறுப்பு.

அவன் சொல்கிறான்:
“நான் உன்னை வெறுக்கிறேன்.”

அந்த தருணத்தில்
அவன் உணர்ச்சிக்கு
அது உண்மைதான்.

ஆனால்– அது வாய்மையா?
இல்லை.

ஏனெனில் அந்த வெறுப்பு
காயத்தின் மேல்
கட்டப்பட்ட பாதுகாப்பு.
இன்னும் உருகாத துன்பம்.
முழுமையடையாத கோபம்.

காயம் பட்ட விலங்கு
தன்னைத் தொட
வருபவரையும் கடிக்கும்.

அதுபோல –
காயமடைந்த அகந்தை
தன்னை
காப்பதாக நினைத்து
உறவுகளைத்
தள்ளி விடும்.

காயத்தை
நேராக பார்க்க
மனம் தயார்
இல்லாதபோது
வெறுப்பு உருவாகிறது.

வெறுப்பிலிருந்து
ஒரு ஆசை பிறக்கிறது:

“அவன் உணர வேண்டும்.”
“அவன் வருந்த வேண்டும்.”
“அவன் இழக்க வேண்டும்.”

இதோ புதிய சுழற்சி
மாயையாக
மாற தயாராகிறது.

இங்கே
அவன் பேசும் “உண்மை”
உண்மை அல்ல –
பழிவாங்கும் மனத்தின் மொழி.

வாய்மை இதுதான்:
“நான் காயமடைந்திருக்கிறேன்.”
ஆனால்– அதைச்
சொல்லுவது கடினம்.

ஏன்?

அது அகந்தையை
நிர்வாணமாக்குகிறது.
அது பலவீனத்தை
வெளிக்கொணருகிறது.

“நான் உன்னை வெறுக்கிறேன்”
என்று சொல்வது எளிது.
அது காயத்தை
மறைக்கும் சத்தம்.

“நான் காயமடைந்திருக்கிறேன்”
என்று சொல்வது
மிகவும் கடினம்.
ஆனால்–
அது பலத்தை உருவாக்கும்.

வாய்மை என்பது:
“நீ செய்தது
என்னை காயப்படுத்தியது.
நான் இன்னும்
அதை ஜீரணிக்கவில்லை.
எனக்கு

அவகாசம் தேவை."
என்று உரைப்பது.

இங்கே
குற்றச்சாட்டு இல்லை.
தாக்குதல் இல்லை.
நிரூபிக்க வேண்டும் என்ற
அவசரம் இல்லை.
உணர்ச்சியும்
மறைக்கப்படவில்லை.

இதுதான் **தீமை இலாத சொலல்**.

வெறுப்பை
நேரடியாக பேசினால்
சுழல் பெரிதாகும்.

அது
எதிர் வெறுப்பை
உருவாக்கும்.

காயத்தை
நேரடியாக
ஒப்புக்கொண்டால்
சுழல் உடையும்.
கருணைக்கு வாய்ப்பளிக்கும்.

ஒரு உண்மை
உறவை
பாதிக்கப் போகிறது
என்று
உன் உள்ளம்
உணர்ந்தால் –

அதை உடனே
உன் உதடுகள்
தடுக்க வேண்டும்.

அது
அடக்கப்பட வேண்டியதில்லை.
அது ஊற வேண்டும்.

அந்த
ஊறுதலுக்கான
இடைவெளி தான் –
நாற்பத்தெட்டு
(48)
மணி நேரம்.

அங்கே உண்மை
பூரணமாகி,
வாய்மையாகிறது.

நிதானம்

அந்த நேரத்தில்
உன் உள்ளே
எரியும் நெருப்பு
எதை எரிக்கிறது
என்று கவனிக்க.

அது இன்னும்
பழிவாங்க துடிக்கிறதா?
அல்லது அகந்தையை
எரிக்கிறதா?

ஏனெனில்
காயம் ஏற்பட்ட

தருணத்தில்
மனிதனின் நரம்புமண்டலம்
“தாக்கு” அல்லது “தப்பி ஓடு”
என்ற
அவசர நிலையில் இருக்கும்.

சிறிது நேரம் கிடைத்தால்
அதே மனம்
நிதானமாக
பார்க்கத் தொடங்கும்.

அப்போது
கோபத்தின் தீ குறையும்.
உண்மையின் வெப்பம்
மட்டும் மிஞ்சும்.

உள்ளத்திற்கு இழைக்கும் துரோகம்

வாய்மை
உறவை காப்பாற்ற
முயற்சிக்காது.
உறவை உடைக்கவும்
முயற்சிக்காது.

அது

“இந்த நிலையில்
நான் இதை அனுபவித்தேன்.”

என்று எடுத்துக்கூறுவது.

அதை அவர்கள்
ஏற்கிறார்களா?
மறுக்கிறார்களா?

அது உன்
கட்டுப்பாட்டில் இல்லை.

ஆனால்–
நீ தாக்கவில்லை.
நீ மறைக்கவில்லை.
நீ நிரூபிக்கவில்லை.
நீ இயல்பாக இருந்தாய்.

உண்மை பேசும்போது
வலி இருக்கலாம்.

ஆனால்–
உண்மையை
அமைதி என்ற
பெயரில் அடக்கினால்
மெதுவான
வெறுப்பு வளரும்.
பாசம் குறையும்.
தூரம் பெருகும்.
நம்பிக்கை கரையும்.

நாற்பத்தெட்டு
மணி நேரம்
கடந்த பின்பும்
ஒரு உண்மை

உன் உள்ளத்தை
அமைதியாக
விடவில்லை என்றால் –

அது இன்னும்
பேசப்படாத உண்மை.

அந்த உண்மை
வெளிவர துடிக்கும்.

அதை வாய்மையாக
மாற்றிப் பேச வேண்டும்.

நிலம் பண்படவில்லை
என்று எண்ணாதே
விதை வீணாகாது.
அது மண்ணில் கரைந்து
ஒரு நாளின் உரமாக மாறும்.

அதை காலத்திடம் விட்டுவிடு.

நாற்பத்தெட்டு மணி நேர விதி
தப்பிக்க அல்ல.
பயப்பட அல்ல.
நயவஞ்சக மௌனத்திற்கும் அல்ல.

"நான் தாக்காமல்
பேசத் தயாராகிறேன்"
என்ற உள் நிலைக்காக.

அதற்குப் பிறகு
பேச வேண்டும்.

பேசாமல் வாழ்ந்தால்
அது உன்
உள்ளத்திற்கே துரோகம்.

சமயம் பார்த்து பேசு –
ஆனால்–
உன்னை இழந்து
காத்திருக்காதே.

கோபமில்லாத எல்லை.
கசப்பில்லாத தூரம்.
அவமதிப்பில்லாத தெளிவு.

இங்கே
எதிர்த்து நிற்பவனும் எதிரி இல்லை.

இவற்றை கற்றுக்கொள்ள
ஆண்டுகள் ஆகலாம்.

உண்மை தெளிவாக
இல்லாததால் அல்ல–

அகந்தை மெதுவாக
கரைய வேண்டியதால்.

அமைதியின் பெயரில் ஓடும் ஆசை

"ஆசை வந்தால்
அதை அனுபவித்து
தீர வேண்டியதுதானே?"

என்ற கேள்வி
இன்னும் எழுகிறதா?

அதற்கான
பதிலை நாம்
பல கோணங்களில்
பார்த்துவிட்டோம்.

ஆசையை அனுபவித்தால்
அது சுழற்சியாக மாறுகிறது.
அடக்கினால் அது தீவிரமாகிறது.

அழிக்க முயன்றால்
அது நிழலாகத் திரும்பி வருகிறது.
கட்டுப்படுத்தினால்
அது வேடமாற்றம் செய்து நிற்கிறது.

ஆக–
அனுபவிக்கவும் வேண்டாம்.
அடக்கவும் வேண்டாம்.
அழிக்கவும் வேண்டாம்.
கட்டுப்படுத்தவும் வேண்டாம்.

அதை
சாட்சியாக பார்த்து,
அதிலிருந்து
தேர்வு செய்ய
கற்றுக்கொள்ள
வேண்டும்.

ஆனால்–
இங்கே
ஒரு ஆழமான கேள்வி
இன்னும் திறந்தே
இருக்கிறது.

மனிதன்
ஏன் இவ்வளவு
ஆசைப்படுகிறான்?
அவன் உண்மையில்
ஆசையை தேடுகிறானா?
அல்லது–
அவன் தேடுவது
அமைதியா?

விரிவடையத் துடிக்கும் உயிர்

வாழ்க்கையை சற்றே
திரும்பிப்பார்ப்போம்.

வறுமையில் இருக்கும்போது:
“பணம் வந்தால்,
அமைதி கிடைக்கும்.”
என்று சொல்வோம்.

பணம் வந்தபின்
நமக்கு அமைதி கிடைக்கிறதா?

தனிமையில் இருக்கும்போது:
“ஒரு உறவு கிடைத்தால்
நாம் முழுமையடைவோம்.”
என்று எண்ணுவோம்.

உறவு வந்தபின்
நம் தேடல் நிற்கிறதா?

இல்லை.

அது பரிணமிக்கிறது.
அது புதிய வடிவம் எடுக்கிறது.
அது மேலும் நுணுக்கமாகிறது.

இதுதான் இயல்பு.
அப்போது,

ஒரு மனிதனின் ஆசை
எங்கிருந்து பிறக்கிறது?

இந்த கேள்விக்கான
பதிலை உணர்ந்தால்,
மனிதன்
ஆசையோடு போராட
வேண்டியதில்லை.
அதை புரிந்துகொள்வான்.

புரிதலின் தொடக்கம்
ஒரு சொல்லின்
தெளிவிலிருந்து பிறக்கும்.

நாம் பல
அத்தியாயங்களில்
பயன்படுத்திய
ஒரு சொல்–

சங்கல்பம்.

சங்கல்பம் என்றால் என்ன?

ஒரு விதை
இந்த மண்ணில் விழுகிறது.
அது மண்ணுக்குள்
அமைதியாக
கிடப்பதற்காக வரவில்லை.
அது உடைந்து,
முளைத்து,
மரமாக
விரிவடைய வந்தது.
அந்த விரிவடையும் உந்துதல் –
அதுவே அதன்
சங்கல்பம்.

ஒரு மான்
தன் குட்டியைப்
பெற்றெடுக்கிறது.
அது வளர வேண்டும்.
நிலத்தில் நின்று
ஓட கற்றுக்கொள்ள வேண்டும்.
விடுதலை பெற்று
தன் வாழ்வை
உருவாக்க வேண்டும்.

இந்த தொடர்ச்சியான விரிவடைதல் –
அதுவே அந்த உயிரின் சங்கல்பம்.

அதேபோல் மனிதனும்.
மனிதனுக்குள்
ஒரு அடிப்படை
உந்துதல் இருக்கிறது.

அவன்
சுருங்க விரும்புவதில்லை.
அவன்
விரிவடைய விரும்புகிறான்–
அறிவில்,
அனுபவத்தில்,
அன்பில்,
சாதனையில்,
அடையாளத்தில்.

இந்த
விரிவடையும்
தன்மையையே

நாம்
சங்கல்ப சக்தி
என்று சொல்கிறோம்.

இதைக்
இயற்கையின் நியதி
என்று சொல்லலாம்.
இறைவனின் விதி
என்று சொல்லலாம்.
உயிரின் சட்டம்
என்று சொல்லலாம்.
ஆனால்–
அது

ஒவ்வொரு
மனிதனுக்குள்ளும்
இருக்கும்

ஒரு உயிர் சக்தி.

அதை
புலன்களால் காண முடியாது.
மனதால் அதை
உணர மட்டுமே முடியும்.

ஏனெனில்
சங்கல்ப சக்தி
நேரடியாக
வெளிப்படுவதில்லை.

அது
வெளிப்படும் வடிவம் –
ஆசை.

ஒரு மனிதனின்
சங்கல்பம்
ஆசையாக
பரிணமிக்கிறது.

அதனால்தான்
நாம் சொன்னோம்–

"ஆசையை
முழுவதும்
அழிக்க நினைத்தால்
நீ
சங்கல்ப சக்தியையே
இழக்கிறாய்."

ஆசையை அடக்குவது எளிது.
ஆனால்– அது தவறு.

ஏன்?

உள்ளிருக்கும்
இயற்கை விதியை
மாற்ற முயற்சிப்பது
சாத்தியமில்லை.

மீறி முயற்சித்தால்
வேதனையே மிஞ்சும்.

சரி,
அப்போது
பிரச்சனை ஆசையா?

இல்லை.

பிரச்சனை – **திசையற்ற சங்கல்ப சக்தி**.

சங்கல்ப சக்தி
விரிவடையவே விரும்பும்.
அதற்கு திசை
இல்லையெனில்
அது எதிலாவது ஒட்டும்–

பணம்.
உறவு.
புகழ்.
அடையாளம்.
அதிகாரம்.
ஆன்மிகம்

ஏன்! அறிவிலும் கூட.

ஆசையின் நிழலும் அடையாளமும்

இவ்வாறு
விரிவடையத் துடிக்கும்
உயிராக இருக்கும்
மனிதன்,
அந்த உந்துதலுக்கு
ஒரு வடிவம் தேடுகிறான்.

அது
அடையாளமாக மாறும்
தருணத்தில்
அவன்
சுதந்திரத்தை
இழக்கிறான்.

அந்த அடையாளத்தைக்
காக்க வேண்டிய கட்டாயம்
அவனுடைய உணர்ச்சிகளாக
உருவெடுக்க ஆரம்பிக்கும்.

சங்கல்ப சக்தி
ஆசையாக வெளிப்படும்,
விரிவடைய விரும்பும்.

ஆசையோடு
பயமும் சேர்ந்தே பிறக்கும்.
அது தன்னை
பாதுகாக்கும் பொருட்டு
சுருக்கி கொள்ள முயலும்.

ஆசையும் பயமும்
இரண்டு தனி சக்திகள் அல்ல.

அவை
ஒரே அச்சின்
இரண்டு முனைகள்.

இந்த அச்சின் நடுவே தான்
மனிதன் அனுபவிக்கும்
பல உணர்ச்சிகளும் இருக்கின்றன.

உணர்ச்சி உடலின்
அனுபவத்தில் உண்மை.

ஆனால்– அதன் அடிப்படை
தனித்தனி அல்ல.

அது
ஒரு கலவை.

ஆசையும் பயமும்
சேர்ந்த கலவை.

நாம் பெயர் வைப்பதும்
அந்த கலவைக்கு.

அதனால்தான்
உணர்ச்சிகளுக்கு
எல்லை இல்லை.

ஆனால்–
அவற்றின் வேருக்கு
எல்லை உண்டு.

அதைச் சோதிக்க
ஒரு கேள்வி மட்டும் போதும்:

உதாரணமாக
கோபம் வரும் நொடியில்

கோபத்தின் உள்ளே
ஆசையின் பலம் எவ்வளவு?
பயத்தின் பலம் எவ்வளவு?

இந்தக்
கேள்வியை கேட்டவுடன்
உடலில் ஏற்படும் உணர்ச்சிகள்
மெதுவாக
உருக ஆரம்பிக்கும்.

உன்னுள்
பக்குவம் பிறக்க ஆரம்பிக்கும்.

பக்குவம்

இப்போது
ஒரு கேள்வி எழுகிறது:

பக்குவம் என்றால் என்ன?

அது
ஆசையில்லாத
நிலை அல்ல.

சங்கல்ப சக்திக்கு
சரியான
திசைகாட்டி வைப்பது.

ஒருவன்
விரிவடைவதை
நிறுத்தவில்லை.

ஆனால்–
எங்கே விரிவடைய வேண்டும் என்று
அறிந்திருக்கிறான்.

ஆசை என்பது
நமது எதிரி அல்ல.

அது
நமது சங்கல்ப சக்தியின்
வெளிப்பாடு.

எனவே–

ஆசையை அழிக்காதே.
அடக்காதே.
கண்மூடித்தனமாக அனுபவிக்காதே.
அதைப் புரிந்து – திசை கொடு.

உள்ளம் தாமரை உருவம்

உணர்ச்சிகள்
மனதில்
உருவாகின்றனவா?

இல்லை.

அவை முதலில்
உடலில் தான்
துவங்குகின்றன.

அறிவு பின்னால்
பெயர் வைக்கிறது.

கோபம் வரும்போது
மார்பு முதலில் இறுகுகிறது.
மூச்சு வேகமாக மாறுகிறது.
அதற்கு பிறகு தான்
மனம் சொல்கிறது –

“நான் கோபமாக இருக்கிறேன்.” என்று.

<u>அவசரம்</u> வரும்போது
உடலில் ஒரு தள்ளுதல்.
அத்தோடு ஒரு உள்ளழுத்தம்.

<u>பற்று</u> வரும்போது
மார்பில் மென்மையான சுருக்கம் ஏற்படுகிறது.

உடல் முன்னதாக அறிவது.
அறிவு பின்னதாக விளக்குகிறது.

அதனால்தான்
திருமூலர் சொன்னார்:

**“உடம்பை வளர்த்தேன்
உயிரை வளர்த்தேன்.”**

இது உடலை
பலப்படுத்துவது மட்டும் அல்ல.
உடல் என்ன
சொல்கிறது என்பதை கேட்பது.

<u>உடல் என்பது</u>
<u>சங்கல்ப சக்தியின்</u>
<u>முதல் அலை.</u>

உடலை
கேட்கக் கற்றவனால்
ஆசை எழும் தருணத்தைப்
பார்க்க முடியும்.
பயம் நிழலாக வரும்
முன்னரே உணர முடியும்.

இதை மனத்தால் செய்ய முடியாது.

இந்த முழு இயக்கத்தையும்
எளிமையாக பார்க்க
ஒரு உவமை உதவும்.

ஒரு **தாமரையை**
கற்பனை செய்வோம்.

அதன் **தண்டு** –
அதுவே சங்கல்ப சக்தி.

மலரின் **மையம்** –
விரிவடைய வேண்டும்
என்ற ஆழ்ந்த உந்துதல்.

அந்த **மையத்தைச் சுற்றி**யே
விருப்பமும் வெறுப்பும்
இருக்கின்றன.

அவை வேறு வேறு
அளவில் கலக்கும்போது
மனிதனின் உணர்ச்சிகள்
தாமரையின் இதழ்களைப்
போல பல வடிவம்
எடுக்கின்றன.

இதழ்கள்
எண்ணிக்கையில்லாமல்
விரியும்.
ஆனால்– தண்டு
ஒன்று தான்.

வாழ்வில் ஒரு நாள்
அவன் அந்த தண்டைப்
பார்க்க ஆரம்பிக்கிறான்:

“இந்த எல்லாவற்றுக்கும்
அடியில்
ஒரே ஒரு
சங்கல்ப சக்திதான்
இருக்கிறது.”

அவன்
மேலும் கீழே
பார்ப்பான்.

மேலே உணர்ச்சிகள்
கீழே என்ன?

மண்ணுக்குள்
புதைந்திருக்கும் வேர்.
அதுவே அமைதி.

தாமரை மலர்வது புதியது.
இதழ்கள் மாறுவது இயல்பு.

வண்டுகள் வந்து
ரீங்காரம் செய்வது
இயற்கை.

அந்த வண்டுகள் யார்?
சமூகம்.
உறவுகள்.
பாராட்டுகள்.
விமர்சனங்கள்.
உன்னைத் தாண்டிய
அனைத்தும்.

இவை
எல்லாம்
தாமரையைச்
சுற்றி வரும்.

ஆனால்–
வேர் அசையாது.

புரிதலின் எல்லை

இந்த நிலையைத்
தொட்டவுடன்
பலர் ஒரு தவறு
செய்கிறார்கள்.

அவர்கள் உணர்ச்சிகளை
கீழே போட
முயல்கிறார்கள்.

ஆசைகளை ஒடுக்க
முயல்கிறார்கள்.

வாழ்க்கையிலிருந்து விலக
முயல்கிறார்கள்.

அதுதான் **துறவின் மாயை**.

அவர்கள்
நினைக்கிறார்கள்–
"இப்போது
எல்லாவற்றையும்
விட்டு விட்டால்
அமைதி கிடைக்கும்."

ஆனால்–
அமைதி விட்டு சென்றால்
கிடைக்காது.
அமைதி
புரிதலில் வெளிப்படும்.

ஐம்புலன்களை
அடக்கி
ஆயிரம் ஆண்டுகள்
தவம் செய்தாலும்
இந்த ஒரு புரிதல்
இல்லையெனில்
அமைதி வெளிப்படாது.

கீதையின் உபதேசமும்
இதையே நினைவூட்டுகிறது.

இந்த உள்பயணத்திற்கு

ஒரு கேள்வி மட்டும் உதவும்:

"ஏன்?"

என் கோபம் ஏன்?
என் பயம் ஏன்?
என் ஆசை ஏன்?
என் வெறுப்பு ஏன்?

இந்த "ஏன்"
ஒருவனை சங்கல்ப சக்திவரை
கொண்டு செல்லும்.

ஆனால்–
"ஏன் அமைதி?"
என்று
கேட்க முடியாது.

"ஏன் உண்மை?"
என்றும்
கேட்க முடியாது.

கேட்கக்கூடிய கடைசி கேள்வி:
"எது அமைதி?"
"எது உண்மை?"

அதற்கு அப்பால்
கேள்விகள் இல்லை.
அனுபவம் மட்டுமே.

தவறான புரிதல்

இந்த இடத்தில்
இன்னொரு நுணுக்கம்.

சங்கல்ப சக்தியின்
காட்சியைத் தொட்டவன்
சரி-தவறு
என்ற கட்டாய
தீர்ப்புகளிலிருந்து
மெதுவாக விலக
ஆரம்பிப்பான்.

ஆனால்–
இதை தவறாகப்
புரிந்துகொள்ள
வாய்ப்பு இருக்கிறது.

ஒருவன்
அகந்தையின்
வாயிலாக
"நான் சரி-தவறு
இரண்டையும்
கடந்தவன்"
என்று சொல்லி
தனக்கு தோன்றிய

அனைத்தையும்
செய்து விட்டால்–

இன்று
அது அவனுக்கு
குற்ற உணர்வு
கொடுக்காமல்
இருக்கலாம்.

ஆனால்– நாளை
அதே சங்கல்ப சக்தி
அவனை
குற்ற உணர்விற்குள்
தள்ளும்.

ஏனெனில்
அது
ஞானமாயையின் வெளிப்பாடு.
அது அகந்தை
வழிநடத்தும் மாயை.

சுதந்திரம் அல்ல;
சிதைவு.

அகந்தை
தளர்ந்த பிறகு
அவனுடைய சுதந்திரம்
மற்றவர்களின் சுதந்திரத்தை
பறிக்காதவாறு
தானாக
அமைந்து விடும்.

அப்போது

அவன்
மற்றவர்களை

குறை சொல்லி
பழிப்பதில்லை.

அவர்களின்
மீது கோபம்
கொண்டு வெறுக்கத்
தொடங்குவதில்லை.

அவன்
தாழ்ப்புணர்ச்சி இல்லாமல்,
குற்ற உணர்ச்சி இல்லாமல்,
கலக்கம் இல்லாமல்
நிஷ்கலங்கமாக
வாழக்கூடிய நிலைக்கு
மெல்ல நகர்வான்.

இலக்கை எட்டிவிட்டோமா?

இப்போது
நாம் எதையும்
கண்டுபிடிக்கவில்லை.
நாம் எந்த நிலையையும்
அடையவில்லை.
நாம் இயற்கைக்கு
மேலானவர்களாக
மாறவில்லை.
நாம் அனைத்தையும்
தெரிந்த மேலான
உலகத்திற்குச்
செல்லவில்லை.

நாம்
இதுவரை பார்த்தது–

நமக்கு
உள்ளே தெளிவு
பெறக்கூடிய
ஒரு மார்க்கத்தை
மட்டுமே.

தெளிவு வரும்
என்று கூட
இங்கே உறுதி
இல்லை.
அது அனுபவத்தின் விளைவு.

ஒவ்வொரு நாளும்
நாம் மேற்கொள்ளும்
சிறிய கவனங்கள்,
சிறிய தேர்வுகள்,
சிறிய பயிற்சிகள்–

அவை
சேர்ந்தால் தான்
உள்ளத் தெளிவு
விரிவடையும்.

சங்கல்ப சக்தியும்
அந்த தெளிவின் ஒளியில்
ஒவ்வொரு தடவையும்
பரிபக்குவம் அடையும்.

ஆகவே–
நாம்
உயர்ந்த நிலையை
அடைந்தோம்
என்று இல்லை.

நாம் அதற்கான
ஒரு வழியை மட்டும்
அறிந்திருக்கிறோம்.

நம்மை
சுற்றி நடப்பதெல்லாம்
நம்மை
விரிவடையச் செய்வதற்கான
சங்கல்ப சக்தியின்
வெளிப்பாடுகள்.

அதற்கு
நாம் திசை காட்ட வேண்டும்–
ஒவ்வொரு நாளும்,
ஒவ்வொரு முடிவிலும்,
ஒவ்வொரு உறவிலும்.

இப்போது சுமை இல்லை.
பாரம் இல்லை.

ஓட்டம் உள்ளது.
ஆனால்– அழுத்தம் இல்லை.

அமைதி உள்ளது.
ஆனால்– உறைவு இல்லை.

அமைதியும்,
உண்மையும்,
தெளிவும்
வழிநடத்துகிறது.

ஆசையின் சுமை
அகன்றால்
அமைதி வெளிப்படும்.

சங்கல்ப சக்திக்கு
திசை கொடுத்தால்
வாழ்க்கை விரியும்.

இதோ–
இந்த அத்தியாயம்
முடிகிறது.

ஆனால்– உண்மையில் –

இப்போது தான் வாழ்க்கை தொடங்குகிறது.

கட்டுப்பாட்டில் அல்ல–
இயல்போடு.
சுமையின்றி.
சுகமாக.
அமைதியாக.

மெல்லியல் யோகம்

இந்தப் பயணம்
முடிந்துவிட்டதா?

இல்லை.

திரை விலகிய பின்
காட்சி தெளிவாகும்.
ஆனால்–
காட்சி மாறுமா?

வாழ்வும்
அதுபோலத்தான்.

ஆசை மீண்டும் வரும்.
பழைய காயங்களின்
வடுக்கள்
மீண்டும் அரிக்கும்.
பதற்றம்
திடீரென உன் கதவைத் தட்டும்.
பழைய பழக்கங்கள்
உன்னை மீண்டும் தன் வசப்படுத்த
வலை வீசும்.

ஏனெனில்–

மனம் ஒரு ஊஞ்சல்.

இத்தனை காலமாக
அதற்கு நீ கொடுத்த வேகம்
எளிதில் அடங்காது.

இத்தனை காலம்
அந்த ஊஞ்சலோடு
நீயும் ஆடிக்கொண்டிருந்தாய்.

அது ஆடும்.

வலப்புறம் – விருப்பு.
இடப்புறம் – வெறுப்பு.

மத்தியில் நிற்க
அது மறுக்கும்.

ஊஞ்சலோடு
ஆடிக்கொண்டிருந்த நீ.

இப்போது
ஊஞ்சல் ஆடுவதை
பார்க்கிறாய்.

முன்னேற்றம் என்பது
ஆட்டத்தை நிறுத்துவது அல்ல.
ஊஞ்சலை நிறுத்துவதும் அல்ல.
ஊஞ்சல் ஆடுவதை
பார்க்கும் தெளிவு பிறப்பது.

இந்த தெளிவு
நாட்கள் செல்லச் செல்ல
ஊஞ்சலின் வேகத்தை
குறைக்கும்.

ஏனெனில்
விழிப்புணர்வு உன்னுள் பிறந்திடும்.

அவசரப்படாதே!

“எனக்கு ஏன் இன்னும்
ஆசை வருகிறது?”
என்று
உன்னை நீ தண்டிக்காதே.

தண்டனை –
அவசரத்தின் வடிவம்.

அவசரம் –
புதிய மாயையின் வழி.

மனம் அடம் பிடித்தால்
வலிந்து எதையும் செய்யாதே.

வலிந்து செய்யும் எதுவும்
ஒரு நாள்
உடைந்து போகும்.

இறுக்கிப் பிடித்தல்
இறுதியில்
விடுவதற்கே வழி வகுக்கும்.

அடக்கப்பட்ட குதிரை
சமயம் பார்த்து
உன்னை வீழ்த்தும்.

நினைவிருக்கட்டும்–

இது ஒரு
மெல்லியல் யோகம்.

கடிவாளம்
உன் கையில்.

குதிரையின் வேகத்தை
கட்டுப்பாட்டிற்குள் கொண்டு வரும்
ஒரு நுட்பமான வித்தை.

பயணத்தை நேசி.
இலக்கை அல்ல.

“நான் எப்போது சாரதியாவேன்?”
என்று
இலக்கை நிர்ணயிக்காதே.

இலக்கு
மீண்டும் ஒரு ஏக்கத்தை உருவாக்கும்.

ஏக்கம்
மீண்டும் பல மாயைகளைப் பெற்றுப் போடும்.

இதோ–

இந்த நொடியிலேயே
ஊஞ்சல் ஆடிக்கொண்டிருக்கும்போதே
அதை
புன்னகையோடு கவனித்திரு.

நீ மாற வேண்டும் என்ற
அவசியமே இல்லை.

சிறு துளி விழிப்புணர்வு பிறந்தால் போதும்.

இனி வாழ்க்கையில்
ஓலம் இல்லை.
ஒப்பாரி தேவையில்லை.
குற்ற உணர்வும் இல்லை.

நிலவும் இந்த அமைதியே நிலையாகட்டும்.

சாந்தி.

சாந்தி.

சாந்தி.

மெல்லியல் —

இந்த உலகை விட்டு ஓடாமல்,
மென்மையான விழிப்புணர்வோடு
வாழும் நடை.

யோகம் —

மனமும் செயல்களும்
ஒரே தெளிவில் ஒன்றாகும் நிலை.

மெல்லியல் யோகம் —

இந்த உலகின் நடுவே
மென்மையான விழிப்புணர்வோடு
வாழ்வை ஒன்றிணைக்கும் வழி.

சிறுவயதில் ஒருமுறை
“சொர்க்கம் இந்த உலகிலேயே
இருக்கிறது”
என்று யாரோ சொன்னார்கள்.

அந்த வார்த்தைகளின் மீது
எனக்கு ஒரு பற்று ஏற்பட்டது.

ஆனால்–
அதை எப்படி தர்மத்தோடு இணைப்பது
என்று யாரும் சொல்லவில்லை.

அங்கேதான்
இந்த தேடல் தொடங்கியது.
இன்னும் தொடர்கிறது.

அதுவே
இந்த எழுத்தின் வடிவம் –
எட்டு வயது குழந்தையின்
மனத்தில் விழுந்த
ஒரு விதை.

என்றும் நன்றியுடன்!

சா.நீல். உதயசந்திரன்

இந்தப் புத்தகம் குறித்த உங்கள் விமர்சனத்தை எப்போதும் வரவேற்கிறேன்.

Your review of this book is always appreciated.